തത്വശാസ്ത്രം കുട്ടികൾക്ക്

thathvasasthram kuttikalkku

•

p t bhaskarappanicker

•

first chintha edition
september 2013

•

second edition
october 2014

•

typesetting
megha

•

published
chintha publishers, thiruvananthapuram

•

cover & illustration
sivan

വിതരണം

ദേശാഭിമാനി ബുക്ക് ഹൗസ്

H O തിരുവനന്തപുരം-695 035
phone: 0471-2303026, 6063026
www.chinthapublishers.com
chinthapublishers@gmail.com

ബ്രാഞ്ചുകൾ

ഹെഡ്ഡാഫീസ് ബ്രാഞ്ച് കുന്നുകുഴി • സ്റ്റാച്ച്യു തിരുവനന്തപുരം • കെ എസ് ആർ ടി സി ബസ് സ്റ്റേഷൻ ആലപ്പുഴ • കെ എസ് ആർ ടി സി ബസ് സ്റ്റേഷൻ എറണാകുളം • ഐ ജി റോഡ് കോഴിക്കോട് • മാവൂർ റോഡ് കോഴിക്കോട് • എൻ ജി ഒ യൂണിയൻ ബിൽഡിങ് കണ്ണൂർ • സെൻട്രൽ ബസ് ടെർമിനൽ കോംപ്ലക്സ് താവക്കര കണ്ണൂർ

CR - 1392 / 3539
ISBN - 978-93-83155-76-7

തത്വശാസ്ത്രം കുട്ടികൾക്ക്

പി ടി ഭാസ്കരപ്പണിക്കർ

ചിന്ത പബ്ലിഷേഴ്സ്
തിരുവനന്തപുരം-695 035

പി ടി ഭാസ്കരപ്പണിക്കർ

1922 ഒക്ടോബർ 15 ന് പാലക്കാട് ജില്ലയിലെ അടയ്ക്കാപ്പുത്തൂരിൽ ജനിച്ചു. വിദ്യാഭ്യാസാനന്തരം സ്കൂൾ അധ്യാപകനായി ജോലി നോക്കി. പിന്നീട് പ്രധാനാധ്യാപകനായി. കമ്യൂണിസ്റ്റ് പാർട്ടിയുടെ സജീവപ്രവർത്തകനായിരുന്നു. പാർട്ടി നിരോധിച്ചിരുന്ന ഘട്ടത്തിൽ ഒളിവിലും ജയിലിലുമായി മൂന്നുവർഷത്തോളം കഴിഞ്ഞു. ആധുനികകേരള രൂപീകരണത്തിൽ മുഖ്യ പങ്ക് വഹിച്ചിട്ടുണ്ട്. ഗ്രന്ഥശാലാ പ്രസ്ഥാനം, ശാസ്ത്രസാഹിത്യപ്രസ്ഥാനം എന്നിവയുടെ സ്ഥാപകനേതാക്കളിലൊരാളായിരുന്നു. ഇ എം എസ് മന്ത്രിസഭയിലെ വിദ്യാഭ്യാസമന്ത്രി ജോസഫ് മുണ്ടശ്ശേരിയുടെ സെക്രട്ടറിയായിരുന്നു. 1959 മുതൽ 1965 വരെ കേരള പബ്ലിക് സർവീസ് കമ്മീഷൻ അംഗമായിരുന്നു. 1969 മുതൽ 1971 വരെ *വിശ്വവിജ്ഞാനകോശ*ത്തിന്റെ എഡിറ്ററായി പ്രവർത്തിച്ചു. 1971 മുതൽ 1974 വരെ ഗ്രന്ഥശാലാസംഘം അധ്യക്ഷനായിരുന്നു. *വിദ്യാലോകം, ശാസ്ത്രഗതി, ശാസ്ത്രകേരളം, പുസ്തകസമീക്ഷ* തുടങ്ങിയ പ്രസിദ്ധീകരണങ്ങളുടെ എഡിറ്ററായിരുന്നു.

നിരവധി ശാസ്ത്ര സാഹിത്യഗ്രന്ഥങ്ങൾ രചിച്ചിട്ടുണ്ട്.

1997 ഡിസംബർ 30 ന് അന്തരിച്ചു.

ഉള്ളടക്കം

പ്രസാധകക്കുറിപ്പ്

മലയാളികൾക്ക് ശാസ്ത്രീയബോധം പകരുന്നതിൽ അഗ്രഗണ്യനായിരുന്നു പി ടി ഭാസ്കരപ്പണിക്കർ. ഒട്ടേറെ ശാസ്ത്ര-വൈജ്ഞാനിക ഗ്രന്ഥങ്ങൾ അദ്ദേഹത്തിന്റേതായി പുറത്തു വന്നിട്ടുണ്ട്. കുട്ടികൾക്കായി അദ്ദേഹം രചിച്ച ഒമ്പതു പുസ്തകങ്ങൾ ചിന്ത പുറത്തിറക്കുന്നു.

കുട്ടികളുടെ മാർക്സ്, കുട്ടികളുടെ ലെനിൻ, കുട്ടികളുടെ എംഗൽസ്, മാർക്സിസം കുട്ടികൾക്ക്, ഭൗതികവാദം കുട്ടികൾക്ക്, തത്വശാസ്ത്രം കുട്ടികൾക്ക്, ശരീരശാസ്ത്രം കുട്ടികൾക്ക്, ചരിത്രശാസ്ത്രം കുട്ടികൾക്ക്, പ്രകൃതിശാസ്ത്രം കുട്ടികൾക്ക് എന്നിവയാണാ പുസ്തകങ്ങൾ.

1970 കളുടെ മധ്യത്തിലാണ് ഈ പുസ്തകങ്ങൾ ആദ്യമായി പുറത്തിറങ്ങുന്നത്. ചരിത്രത്തിന്റെ കുത്തൊഴുക്കിൽ പല രാജ്യങ്ങളും സ്ഥലങ്ങളും അതേ പേരിൽ ഇന്നു നിലവിലുണ്ടാവില്ല. ശാസ്ത്രവിഷയങ്ങളിൽ കൂടുതൽ പുരോഗതി കൈവരിച്ചിട്ടുണ്ട്. എന്നിട്ടും ഈ പുസ്തകത്തിലെ മുഖ്യപ്രമേയങ്ങൾക്ക് കാതലായ മാറ്റം വന്നിട്ടില്ല. പി ടി ഭാസ്കരപ്പണിക്കർ ജീവിച്ചിരുന്നുവെങ്കിൽ അദ്ദേഹം തന്നെ തന്റെ കൃതികൾ കാലാനുസൃതമായി നവീകരിക്കുമായിരുന്നു. അനൗചിത്യമാകുമെന്നതിനാൽ ഞങ്ങൾ അതിനു മുതിരുന്നില്ല. ഈ പുസ്തകങ്ങളുടെ ചിന്ത പതിപ്പ് കുട്ടികൾക്കായി പുറത്തിറക്കുന്നതിൽ സന്തോഷമുണ്ട്.

ചിന്ത പബ്ലിഷേഴ്സ്

1

തത്വശാസ്ത്രം എന്നാൽ.....

താടിയും തലയും നീട്ടി, സംസ്കൃതവും വേദാന്തവും പറയുന്നവരാണ് തത്വശാസ്ത്രക്കാർ എന്നാണ് പലരും കരുതുന്നത്. ഇതു ശരിയാണോ?

പഴയകാലത്ത്, മഹർഷിമാരായിരുന്നു ഇന്ത്യയിലെ തത്വചിന്തകർ. അവർ ധ്യാനിച്ചു. തപസുചെയ്തു. അവരെ അലട്ടിയിരുന്ന ചോദ്യങ്ങൾക്ക് ഉത്തരം കാണാൻ ഗുരുവിനെ സമീപിച്ചു. പല ചോദ്യങ്ങൾക്കും ഉത്തരം കിട്ടി. എങ്കിലും, അവർക്കു തൃപ്തിയായില്ല. പിന്നേയും അവർ ആലോചിച്ചു. അതിനിടയിൽ തലയും താടിയും മുറിക്കാൻതന്നെ അവർ മറന്നിരിക്കും.

ഇന്നോ? നമ്മുടെ നാടിന്റെ പട്ടിണി തീർക്കാൻവേണ്ടി ശ്രമിക്കുന്നവരും അതിനായി സമരംചെയ്യുന്നവരും വലിയൊരു തത്വശാസ്ത്രത്തിൽ വിശ്വസിക്കുന്നവരാണ്. “വിപ്ലവം ജയിക്കട്ടെ” എന്നു വിളിക്കുന്നത്. വെറും ആവേശംകൊണ്ടല്ല. വിപ്ലവം, ഒരു തത്വശാസ്ത്രമാക്കിയവരാണിവർ. അതിനായി എന്തു ത്യാഗത്തിനും തയാറാണ് ഇവർ.

സാധാരണക്കാരായ തൊഴിലാളികളും കൃഷിക്കാരും ചെറുപ്പക്കാരും സ്ത്രീകളും അവർക്കു വലിയ വിദ്യാഭ്യാസമൊന്നും കിട്ടിയിട്ടില്ലെങ്കിലും എന്തിനാണ് കമ്യൂണിസ്റ്റ് പാർട്ടിയിൽ ചേരുന്നത്? മന്ത്രിമാരാവാനല്ല. നേതാവായി മാലകിട്ടാനല്ല. നിലവി

ലുള്ള സ്ഥിതി മാറ്റണം - അതാണ് ഇവരുടെ ലക്ഷ്യം. അനീതിയും അസമത്വവും അകറ്റണം - അതാണവർക്ക് ആഗ്രഹം.

ഇതിനവർക്ക് എങ്ങനെ കഴിയുന്നു? ഒരു തത്വശാസ്ത്രം അവരെ ആകർഷിച്ചിരിക്കുന്നു. അതിനു മാർക്സിസമെന്നോ, ലെനിനിസമെന്നോ, കമ്യൂണിസമെന്നോ, സോഷ്യലിസമെന്നോ നമുക്കു പേരിടാം.

തത്വശാസ്ത്രം ഒരാളുടേയും സ്വന്തമല്ല. അനവധി മനുഷ്യരുടെ, അനവധികാലത്തെ പ്രയത്നത്തിന്റെ ഫലമാണത്. അവർ ലോകത്തെപ്പറ്റിയും മനുഷ്യജീവിതത്തെപ്പറ്റിയും ചിന്തിച്ചു. അവർ ശിഷ്യന്മാർക്ക് പലതും പറഞ്ഞുകൊടുത്തു. ഗുരുനാഥന്മാരുടെ ഉപദേശങ്ങൾ ശിഷ്യന്മാർ നാടെങ്ങും പ്രചരിപ്പിച്ചു.

ഇന്ത്യയിലും ചൈനയിലും ഗ്രീസിലും അറേബ്യയിലും ഇറ്റലിയിലും ഈജിപ്തിലും പുരാതനകാലത്തുതന്നെ പല തത്വചിന്തകന്മാരും ജീവിച്ചു. അവർ ചുറ്റുംനോക്കി. കാണേണ്ടതു കണ്ടു. അതിനെപ്പറ്റി ചിന്തിച്ചു. പ്രസംഗിച്ചു. പറഞ്ഞുകൊടുത്തു. ശിഷ്യന്മാർ അവരുടെ തത്വങ്ങളെല്ലാം ഗ്രന്ഥങ്ങളിൽ കുറിച്ചുവെച്ചു.

ഇങ്ങനെ എഴുതിവെച്ചതാണ് തത്വചിന്ത എന്നു വന്നത് പിന്നീടാണ്. വാസ്തവത്തിൽ, ജീവിതമാണ്, അധ്വാനമാണ്, അവരെക്കൊണ്ടു ചിന്തിപ്പിച്ചത്. നിരീക്ഷിച്ചും വീണ്ടും പരിശോധിച്ചും സംശയങ്ങൾ തീർത്തും അവർ പുതിയ ധാരണകളിലെത്തി. അവർക്ക് പുതിയൊരു ബോധമുണ്ടായി.

തത്വശാസ്ത്രം ഉൾക്കൊള്ളണമെങ്കിൽ പുതിയ ഒരു ബോധം ഉണ്ടാവണം.

മനുഷ്യന്റെ ബോധമാണ് ചുറ്റുപാടിനെക്കുറിച്ച് അറിവുണ്ടാക്കിക്കൊടുക്കുന്നത്. പക്ഷേ ഈ ബോധം എവിടെനിന്നുണ്ടായി? ചുറ്റും കണ്ടതിന്റെ നിഴലാട്ടമാണത്. നാം മനസിലാക്കുന്നത് ചുറ്റുപാടും നടക്കുന്നതിൽ നിന്നാണ്.

കുറച്ചു ബോധം ഉണ്ടായിക്കഴിഞ്ഞാൽ, അത് ഉപയോഗിച്ച്, ചുറ്റുമുള്ളതിനെ കൂടുതൽ നന്നായിക്കാണാൻ കഴിയും. ഓരോ അറിവും മനുഷ്യന്റെ ബോധം വളർത്തി. മനുഷ്യന്റെ നില ഉയർത്തി. തത്വചിന്ത, പടിപടിയായി ഉയർന്നത് ഇങ്ങനെയാണ്.

ഇന്ത്യയിൽ പട്ടിണിയും ദാരിദ്ര്യവും ഉണ്ട്. ഇത് ബോധമില്ലാത്ത ഒരാൾ കാണുന്നു എന്നിരിക്കട്ടെ. അയാൾക്കതിൽ ഒന്നുംതന്നെ തോന്നുകയില്ല. ബോധമുള്ളൊരാൾക്കാണെങ്കിലോ? അയാളുടെ മനസ്സ് കലമ്പുന്നു. ഈ സ്ഥിതിയെ എതിർക്കണമെന്ന് അയാൾക്കു തോന്നുന്നു. അതിനുവേണ്ടി ഒറ്റയ്ക്കും കൂട്ടായും പ്രവർത്തിക്കുന്നു; പ്രതിഷേധിക്കുന്നു.

അപ്പോൾ, യാഥാർത്ഥ്യം കാണാൻ ബോധംവേണം. തെറ്റും ശരിയും അറിയാനും ഇതുവേണം. വളരുന്നതേത്, നശിക്കുന്ന തേത് എന്നറിയണമെങ്കിലും ബോധനിലവാരം ഉയരണം. സാധാരണയ്ക്കപ്പുറമുള്ള കാഴ്ച അതുണ്ടാക്കുന്നു. ചിന്തിക്കാനുള്ള കഴിവ് ഇതിൽനിന്നു വളരുന്നു. ഇങ്ങനെയാണ് ബോധത്തിന്റെ വികാസം.

പക്ഷേ, എല്ലാം അറിയാൻകഴിയുമോ? – നിങ്ങൾക്കു ചോദിക്കാം.

തത്വശാസ്ത്രം പറയുന്നു: ഉവ്വ്; എല്ലാം അറിയാൻകഴിയും; അതിനു ശ്രമിക്കണം എന്നുമാത്രം.

ഇനിയും നമുക്കറിയാത്ത കാര്യങ്ങളില്ലേ? ഉണ്ട്, വേണ്ടത്രയുണ്ട്. പക്ഷേ ഇവ നാളെ അറിയാൻകഴിയില്ലെന്നു പറയാമോ? ഇന്നറിയാത്തതു പലതും നാളെ അറിയും.

അമ്പതുകൊല്ലം മുമ്പ്, നമുക്ക് അറിവില്ലാത്ത എത്രയെത്ര കാര്യങ്ങൾ ഇന്ന് നമുക്കറിയാം? അറിയാൻകഴിയാത്തതായി ഒന്നുമില്ല. പക്ഷേ അറിയാൻ ഇനിയും അനേകം കാര്യങ്ങളുണ്ട്.

തത്വശാസ്ത്രം സത്യംകണ്ടുപിടിക്കാനുള്ള കാഴ്ചയും ബോധവും ചിന്താശക്തിയും നമുക്കു തരുന്നു. മനുഷ്യന്റെ ഏറ്റവും വലിയ കഴിവാണത്.

2

വീക്ഷണവിശേഷങ്ങൾ

ഒരു ചോദ്യം.

തത്വശാസ്ത്രം അറിയാത്തതുകൊണ്ടെന്തു ദോഷമുണ്ട്? ഈ ചോദ്യത്തിനെ മറ്റൊരു നിലയ്ക്കു ചോദിക്കുക: തത്വശാസ്ത്രം പഠിച്ചതുകൊണ്ടെന്തുണ്ട് ഗുണം?

മറുപടി വിസ്തരിച്ചു പറയേണ്ടതാണ്. പക്ഷേ, ഒറ്റവാക്യത്തിൽ ചുരുക്കിപ്പറയാം: തത്വശാസ്ത്രം പഠിക്കുന്നത് – നമ്മുടെ ലോകത്തെ മനസിലാക്കാൻ നമ്മെ സഹായിക്കുന്നു.

ഒരു കാര്യം മനസിലാക്കണമെങ്കിൽ, പല വശത്തുനിന്നും അതു പരിശോധിച്ചു പഠിക്കണം. ഉദാഹരണത്തിന് മനുഷ്യനെപ്പറ്റി അറിയണമെങ്കിൽ എന്തെല്ലാം പഠിക്കണം? ഇങ്ങനെ പലവശത്തുനിന്നും നോക്കിപ്പഠിക്കാനാണ്, പഴയകാലത്തെ തത്വചിന്തകന്മാർ ശ്രമിച്ചത്.

ഒരേകാര്യത്തെപ്പറ്റി പല ചിന്തകന്മാരും പല രീതിയിൽ പറയുന്നില്ലേ? അതിനു കാരണം എന്താണ്? ഒരാൾ നോക്കിക്കണ്ട വശമാവില്ല, മറ്റൊരാൾ കണ്ടത്. അപ്പോൾ രണ്ടു വീക്ഷണമായി; രണ്ടു അനുഭവമായി. അന്നത്തെ നിലയ്ക്ക്, രണ്ടു തത്വശാസ്ത്രവുമായി. രണ്ടിലും കുറെ വാസ്തവമുണ്ടാവും.

തത്വശാസ്ത്രത്തിന് പല ശാഖകളുമുണ്ട്. തർക്കശാസ്ത്രമാണ് ഒന്ന്. കാര്യവും കാരണവും തമ്മിലുള്ള ബന്ധവും നല്ലതും

ചീത്തയും തിരിച്ചറിയുന്നതും തത്വശാസ്ത്രത്തിന്റെ ശാഖകളാണ്. അറിവിനെപ്പറ്റിയുള്ള പഠനവും തത്വശാസ്ത്രത്തിന്റെ ഒരു ഭാഗമാണ്.

ഇതിനെ ഓരോന്നിനേയും അതാതിന്റെ ചുറ്റുപാടിൽ അതാതിന്റെ നിയമംവെച്ച് തത്വംവെച്ച്, പരിശോധിക്കണം.

പാട്ടുകേട്ടാൽ നാം തലകുലുക്കുന്നു. ചിത്രം കണ്ട് രസിക്കുന്നു. നാടകവും നൃത്തവും ആസ്വദിക്കുന്നു. കലാസ്വാദനത്തിനുമുണ്ട് തത്വശാസ്ത്രം. അതിനെ സൗന്ദര്യശാസ്ത്രം എന്നു വിളിക്കാം.

ഇതിൽ ഓരോന്നിനും വെവ്വേറെ തത്വങ്ങളുണ്ട്. എങ്കിലും, തത്വശാസ്ത്രത്തിന്റെ തന്നെ ഭാഗമാണിവയെല്ലാം. തർക്കശാസ്ത്രവും വിജ്ഞാനശാസ്ത്രവും നീതിശാസ്ത്രവും സൗന്ദര്യശാസ്ത്രവും എല്ലാം തത്വശാസ്ത്രത്തിന്റെ വിവിധ ശാഖകളാണ്.

3

കാര്യവും കാരണവും

ഇടി മിന്നുന്നു. ഇടിമുഴക്കംകേട്ട് നാം നടുങ്ങുന്നു. എന്താണ് ഇടിമിന്നലിനും ഇടിമുഴക്കത്തിനും കാരണം?

കത്തികൊണ്ട് പെൻസിൽ കൂർപ്പിക്കുമ്പോൾ കൈവിരൽ മുറിഞ്ഞു. ചോരവരുന്നു. സ്നേഹിതൻ ചോദിച്ചു: "എങ്ങനെയാണ് കൈ മുറിഞ്ഞത്?"

എന്തുകൊണ്ടാണ് രാവും പകലും ഉണ്ടാവുന്നത്? ഇങ്ങനെ, എന്ത്, എങ്ങനെ, എന്തുകൊണ്ട് എന്ന ചോദ്യങ്ങൾ നാം ജീവിതത്തിൽ ധാരാളം ചോദിക്കുന്നു.

നമുക്കതിന്റെ കാരണമറിയണം. കാരണം → കാര്യം എന്നെഴുതുന്നതിനർഥം, ഏതു കാര്യത്തിനും ഒരു കാരണമുണ്ട് എന്നാണ്.

ഇനി ഒരു ചോദ്യം: കാരണമില്ലാത്തതെന്തെങ്കിലുമുണ്ടോ? ഉണ്ടെങ്കിൽ ഓർത്തുനോക്കൂ – ഇല്ല. കാരണവും കാര്യവും, വെളിച്ചവും നിഴലും പോലെയാണ്: വാക്കും അർഥവും പോലെയാണ്.

ഇത്ര ലഘുവായല്ല പ്രകൃതിയിൽ പല കാര്യങ്ങളും നടക്കുന്നത്. വളരെ സങ്കീർണമാവും ചില കാര്യങ്ങൾ. അതിനർഥമെന്താണ്? കാരണം പറയാൻ കൂടുതൽ വിഷമമുണ്ടെന്നുമാത്രം.

ഒരു ഉദാഹരണം:

ഇലകളിലെ പച്ചനിറം, സൂര്യരശ്മിയും ചില വാതകങ്ങളും ഉപയോഗിച്ച് എങ്ങനെ സ്റ്റാർച്ചുണ്ടാക്കുന്നു എന്നു ചോദിച്ചാൽ, ഓരോന്നായി വിസ്തരിച്ചുതന്നെ ഉത്തരംപറയേണ്ടിവരും. പടിപടിയായിപ്പറയേണ്ടിവരും അതായത്, കാരണങ്ങൾ അനവധിയാണ്, കാര്യങ്ങളനവധിയാണെന്നു വരുന്നു. അനവധി ലഘു കാര്യങ്ങളും കാരണങ്ങളും ചേർന്നുണ്ടായതാണീ സങ്കീർണത.

അതിനെ ഇങ്ങനെ കാണിക്കാം:

കാരണം → കാര്യം → കാരണം → കാര്യം → കാരണം → കാര്യം.... ഇങ്ങനെ എത്രവേണമെങ്കിലും, എങ്ങനെവേണമെങ്കിലും നീട്ടിക്കൊണ്ടു പോകാം. പക്ഷേ ഈ ചങ്ങലയിൽ കാരണവും കാര്യവും. ഇടവിട്ടുണ്ടാവും. കാര്യംതന്നെ കാരണമാവും; കാരണം കാര്യവും ആവും. ഒരു ചലനം മറ്റൊരു ചലനത്തെ ഉണ്ടാക്കുന്നു. അതാണ് നാം കാണുന്നത്.

നോക്കൂ:

കുറെ കുട്ടികൾ അടുത്തടുത്ത് വരിയായി നിൽക്കുന്നു. ഒരു കുട്ടി തൊട്ടടുത്തുള്ള കുട്ടിയെ തള്ളി. രണ്ടാമത്തെ കുട്ടി, മൂന്നാമത്തെ കുട്ടിയുടെ മീതെ വീണു. മൂന്നാമത്തെ കുട്ടി നിലത്തു വീണ് കാലുപൊട്ടുന്നു.

ഒന്നാമത്തെ കുട്ടി → തള്ളുന്നു. രണ്ടാമത്തെ കുട്ടി → വീഴുന്നു. കുട്ടി → വീഴുന്നു. കാലിൽ മുറിവാകുന്നു.

നോക്കൂ:

എല്ലാം ചലനങ്ങളാണ്. കാരണവും കാര്യവും ചലനംതന്നെ. ഇനിയും ഈ ചങ്ങല നീട്ടണമെങ്കിൽ നീട്ടാം. കാലിൽ മുറിവായ കുട്ടിയെ അടുത്തുള്ള കുട്ടി പിടിച്ച് എഴുന്നേൽപ്പിക്കുന്നു. മാസ്റ്റർ പ്രഥമശുശ്രൂഷ ചെയ്യുന്നു. മുറിവിലെ ചോര ഒപ്പിയെടുത്ത് മരുന്നുപുരട്ടി കെട്ടുന്നു. മുറിവിലെ വേദനകൊണ്ട് കുട്ടി കരയുന്നു. മറ്റുള്ളവർ ആശ്വസിപ്പിക്കുന്നു. ആദ്യം തള്ളിയ കുട്ടിയെ ചിലർ ശാസിക്കുന്നു. ഇങ്ങനെ.... ഇങ്ങനെ.... ചലനം.... ചലനം..... ചലനം. അതാണ് എങ്ങും.

തത്വശാസ്ത്രത്തിന്റെ തുടക്കം, കാര്യകാരണബന്ധത്തോടെയുള്ള ചിന്തയാണ്. യുക്തിയാണ്. ഇതാണ് തർക്കശാസ്ത്രത്തിന് അടിസ്ഥാനം. യുക്തിയില്ലാത്തവർക്ക് തത്വശാസ്ത്രം മനസിലാവാൻ വിഷമമാണ്. യുക്തിയെ വളർത്താൻ ചിന്തിക്കുക.

എന്തിനും കാരണം അന്വേഷിക്കുക.

കാര്യവും കാരണവും എന്നു പറയണോ; കാരണവും കാര്യവും എന്നു പറയണോ? രണ്ടും കൂടിക്കാണണം. ഏതാണ് ആദ്യം എന്നു പറയാൻ വിഷമമാണ്. കാര്യകാരണങ്ങൾ പരസ്പരം ബന്ധപ്പെട്ടതാണ്.

ജനങ്ങൾക്ക് സംഘടനയുണ്ട്. ജനങ്ങൾ സമരം ചെയ്യുന്നു. സംഘടനയുള്ളതുകൊണ്ട് സമരംചെയ്യുന്നു. എന്നുപറയാം, അതേപോലെ സമരംചെയ്ത് കൂടുതൽ സംഘടിതരാവുന്നു എന്നും പറഞ്ഞുകൂടേ? സമരവും സംഘടനയും തമ്മിലുള്ള ബന്ധം അങ്ങനെയാണ്.

നാട്ടിൽ പട്ടിണിയുണ്ട്. കാരണം ദാരിദ്ര്യം. എന്നുമാത്രം പറഞ്ഞാൽമതിയോ? പട്ടിണിതന്നെ ദാരിദ്ര്യത്തിനു കാരണമാവില്ലേ? ആവാം.

ഇതിനർഥം, രണ്ടിനും എപ്പോഴും തുല്യബലം എന്നാണോ? ഏതിനെയാണ് കാര്യമായെടുക്കേണ്ടത്? പട്ടിണിക്കഞ്ഞി കൊടുത്ത് പട്ടിണി തീർക്കുന്നവരുണ്ട്. എല്ലാവരുടെ പട്ടിണിയും തീർക്കാൻ പറ്റില്ല. ഇത്രയെങ്കിലുമാകട്ടെ എന്നാണവർ കരുതുന്നത്.

മറ്റുചിലരോ? പട്ടിണിക്കുള്ള കാരണം ദാരിദ്ര്യമാണ് എന്നു കണ്ട് ദാരിദ്ര്യത്തിന്റെ മൂലകാരണങ്ങളെ കാര്യമായെടുക്കുന്നു. അവിടെനിന്നാരംഭിക്കുന്നു.

അങ്ങനെ, കാര്യകാരണങ്ങളെ പരസ്പരം ബന്ധപ്പെടുത്തിയും അതേസമയം ഏതിനാണ് ഒരു പ്രത്യേക സന്ദർഭത്തിൽ പ്രാധാന്യം നൽകേണ്ടതെന്നു കാണിക്കുകയും ചെയ്യുന്ന യുക്തിചിന്തയാണ് ഡയലക്ടിക്സ്.

സംവാദരീതി എന്നേ അതിനർഥമുള്ളൂ. മനുഷ്യരും മനുഷ്യരും സംഭാഷണംചെയ്യുന്ന രീതിയാണ് ഡയലക്ടിക്സ്. ഏറ്റവും ലഘുവായ പരിശോധനാരീതിയാണിത്.

4

വേദങ്ങൾ

ഇന്ത്യയുടെ തത്വശാസ്ത്രത്തിന്റെ അടിത്തറ വേദങ്ങളാണ്. ഋഗ്വേദം, യജൂർവേദം, സാമവേദം, അഥർവവേദം എന്നൊക്കെ നിങ്ങൾ കേട്ടിരിക്കും. ഏറ്റവും പഴയത് ഋഗ്വേദമാണ്.

ഭാരതത്തിലെ ഋഷിമാർ, ലോകകാര്യത്തെപ്പറ്റിയല്ല, മറ്റെന്തോ കാര്യങ്ങളെപ്പറ്റിയാണ് ആലോചിച്ചത് എന്നു പറയാറുണ്ട്. വാസ്തവം അതാണോ? ഇതാ ഋഗ്വേദത്തിലെ ഒരു മന്ത്രം:

“അല്ലയോ വീരന്മാരെ, മുന്നേറി വിജയം നേടുക;
ഇന്ദ്രൻ നിങ്ങളെ കാത്തുരക്ഷിക്കട്ടെ;
നിങ്ങളുടെ കൈകൾക്ക് കരുത്തുണ്ടാവട്ടെ;
നിങ്ങളെ ആർക്കും തോൽപ്പിക്കാൻ കഴിയാതാവട്ടെ.”

ഇത്, അന്നത്തെ മനുഷ്യരുടെ കാര്യമാണ്. നാടോടിജീവിതം വിട്ട് ഗ്രാമങ്ങളിൽ താമസിക്കാൻ തുടങ്ങുന്ന ജനങ്ങളെക്കുറിച്ചാണിത്.

പത്തുമൂവായിരം കൊല്ലങ്ങൾക്കുശേഷം മാർക്സും എംഗൽസും ലോകത്തിലെ അധ്വാനിക്കുന്ന ജനങ്ങളോടായി പറഞ്ഞു – *കമ്യൂണിസ്റ്റ് മാനിഫെസ്റ്റോവിൽ*:

“കമ്യൂണിസ്റ്റുവിപ്ലവത്തെ കണ്ട് ഭരണവർഗങ്ങൾ ഞെട്ടിവിറയ്ക്കട്ടെ! തൊഴിലാളികൾക്ക് സ്വന്തം ചങ്ങലയല്ലാതെ മറ്റൊന്നും നഷ്ടപ്പെടാനില്ല. കിട്ടാനുള്ളതോ, ഒരു ലോകവും. സർവരാജ്യ

ത്തൊഴിലാളികളേ, സംഘടിക്കുവിൻ.”

രണ്ടും - തമ്മിൽ എന്തോ സാദൃശ്യം കാണുന്നില്ലേ?

നമുക്ക് വേദകാലത്തേക്കു മടങ്ങാം: അന്നത്തെ മനുഷ്യൻ ചുറ്റും നോക്കി. പലതും കണ്ടു. ഉറങ്ങുന്നു. സ്വപ്നംകാണുന്നു. ജനിച്ചുവളർന്നു മരിക്കുന്നു. കാലാവസ്ഥ മാറിമാറി വരുന്നു. ഇടി വെട്ടും ഭൂകമ്പവും കാട്ടുതീയും വിഷജന്തുക്കളും മനുഷ്യനെ പേടിപ്പിച്ചു. പേടിയിൽനിന്ന് അറിവുണ്ടായി. അതേ പേടി യിൽനിന്ന് അന്ധവിശ്വാസവും ഉണ്ടായി. പ്രകൃതിയെ സ്തുതി ച്ചു തൃപ്തിപ്പെടുത്തിയാൽ തങ്ങൾക്കു രക്ഷകിട്ടും എന്ന് അവർ കരുതി.

സൂര്യോദയത്തിനും അസ്തമയത്തിനും കാരണം അവർ കണ്ടുപിടിച്ചത് ഇങ്ങനെയാണ്:

“സൂര്യനെ ദിവസേന ഒരു ആകാശദേവതയാണ് കൂട്ടിക്കൊ ണ്ടുപോകുന്നത്.”

സസ്യങ്ങൾ വളരുന്നു; വിത്തുമുളയ്ക്കുന്നു - ഇതിനും അവർ കാരണം കണ്ടു:

“വിളകൾകൊണ്ട് മക്കളെ തീറ്റിപ്പോറ്റുന്ന അമ്മയാണ് ഭൂമീ ദേവി.”

ഇങ്ങനെ കാരണക്കാരായി ഒട്ടേറെ ദേവന്മാരും ദേവികളും ഉണ്ടായി. ഇവരെ തൃപ്തിപ്പെടുത്തണം.

ഈ ദേവീദേവന്മാർക്കെല്ലാം മനുഷ്യന്റെ ഗുണങ്ങളും സ്വ ഭാവങ്ങളുമാണ് കൊടുത്തത് - അതാണു ശ്രദ്ധിക്കേണ്ടത്. ദേവ ന്മാർക്കുമുണ്ട് രക്തബന്ധം. ഭൂമിയും സ്വർഗവും ഇന്ദ്രന്റെ അമ്മ യച്ഛന്മാരാണ്.

മനുഷ്യർക്കെന്നപോലെ ദേവന്മാർക്കും വേണം ഭക്ഷണം. പാലും മാംസവും സോമരസം എന്ന മദ്യവുമാണ് ദൈവങ്ങൾക്കു വേണ്ടത്. അതു കൊടുത്തു. അങ്ങനെ വഴിപാടുണ്ടായി.

മനുഷ്യരെപ്പോലെ ദേവന്മാർക്കുമുണ്ട് ഇഷ്ടാനിഷ്ടങ്ങൾ: പ്രീതിപ്പെടുത്തിയാൽ ദയ - എതിർത്താൽ വെറുപ്പ്.

അവർ, മലയ്ക്കും പുഴയ്ക്കും കാറ്റിനും വെള്ളത്തിനും തീക്കും സൂര്യനും ചന്ദ്രനും ഭൂമിക്കും ജീവൻനൽകി. ഇവരെല്ലാം ജീവനുള്ള ദേവന്മാരായി. പ്രകൃതിയിലെല്ലാ ശക്തികൾക്കും അവർ ദിവ്യത്വം കൽപ്പിച്ചു.

അന്ന് ഗ്രാമീണജനതകൾക്ക് ധാരാളം ശത്രുക്കളുണ്ടായിരുന്നു. ശത്രുക്കളെ നേരിടാൻ ആയുധങ്ങൾ കുറവാണ്. യജ്ഞങ്ങൾകൊണ്ട് ജീവിതം സമാധാനപരമാക്കുക – എതിരാളികളെ നശിപ്പിക്കാൻ യാഗംചെയ്യുക, ദേവന്മാരെ തൃപ്തിപ്പെടുത്താൻ സ്തോത്രം ചൊല്ലുക ഇതല്ലാതെ അവരെന്തുചെയ്യും? ഇതാ അന്നത്തെ ഒരു പ്രാർഥന:

"ബുദ്ധിയില്ലാത്ത ദുഷ്ടന്മാരായ ശത്രുക്കൾ.
ചുറ്റുപാടുനിന്നും ഞങ്ങളെ വളഞ്ഞിരിക്കുന്നു;
അവർ മനുഷ്യപ്പറ്റില്ലാത്തവരാണ്;
തെറ്റായ നിയമങ്ങൾ അനുസരിക്കുന്നവരാണ്;
അല്ലയോ ശത്രുസംഹാരക,
അവരുടെ ആയുധങ്ങളെ ഇടിച്ചുതകർക്കണമേ!"

ഋഗ്വേദം

പരീക്ഷയടുത്താൽ അതുവരെ കാര്യമായൊന്നും പഠിക്കാത്ത നാടൻകുട്ടി, അടുത്തുള്ള ക്ഷേത്രത്തിലോ പള്ളിയിലോ പോയി പ്രാർഥിക്കുന്നതുപോലെ: "ദൈവമേ, ഞാൻ ഒന്നും പഠിച്ചിട്ടില്ല; ഇക്കൊല്ലം തോറ്റാൽ എന്റെ പഠിപ്പു നിർത്തും; എളുപ്പത്തിലുള്ള ചോദ്യങ്ങൾ കിട്ടി ഞാൻ പരീക്ഷയിൽ ജയിക്കണേ. അതിനെന്നെ സഹായിക്കണമേ!"

രണ്ടുംതമ്മിൽ വലിയ വ്യത്യാസമുണ്ടോ?
പക്ഷേ, പ്രാർഥിക്കുന്നതിനിടയിൽ,
ആര്യന്മാരിൽ ബുദ്ധിയുള്ളവർ ചോദിച്ചു:
"എങ്ങനെയാണീ ലോകമുണ്ടായത്?
മനുഷ്യനെ ആരുണ്ടാക്കി?"

ഇന്നത്തെ കുട്ടികളും ഇതുപോലെ പലതും ആലോചിക്കുന്നുണ്ടാവും. അവർക്ക് അതിനു വേഗം ഉത്തരം കിട്ടും. അന്ന് അങ്ങനെയല്ലല്ലോ.

എങ്ങനെയാണീ ലോകമുണ്ടായത് എന്നും മനുഷ്യനെ ആരുണ്ടാക്കി എന്നും അറിയാൻ താൽപ്പര്യമുള്ളവർ ഗ്രാമംവിട്ട്, തപോവനങ്ങളിൽ പോയി താമസമാക്കി.

കാടുകളിലെ ശാന്തമായ അന്തരീക്ഷത്തിൽ ഇന്ത്യയിലെ തത്വശാസ്ത്രത്തിനു മിഴിവുണ്ടായി.

നമ്മുടെ കുട്ടികളിൽ ചിലരും അവരെ അലട്ടുന്ന പ്രശ്നങ്ങൾക്ക് ഉത്തരംകാണാൻ നോക്കും. പുസ്തകങ്ങൾ വായിക്കും. അറിവുള്ളവരോടു ചോദിക്കും. സ്വന്തം അനുഭവങ്ങൾ തേടും. ആലോചിക്കും. പഠിക്കും. സംശയങ്ങൾ തീർക്കാൻ പലരോടും ചർച്ചചെയ്യും. അങ്ങനെയൊക്കെമാത്രമേ ഒരു തത്വശാസ്ത്രം ഉറയ്ക്കുകയുള്ളൂ.

5

ആരെങ്കിലും അവനെ കണ്ടിട്ടുണ്ടോ?

സിന്ധുഗംഗാതടത്തിൽ ആര്യന്മാർ സ്ഥിരതാമസമാക്കി. അവർ കൂട്ടായി ജീവിച്ചു; അധ്വാനിച്ചു. ധനികരും ദരിദ്രരുമില്ല. മേലാളരും കീഴാളരുമില്ല. ഒരുതരം പ്രാകൃത കമ്യൂണിസം.

എങ്കിലും പലതരം പ്രവൃത്തികളും സമൂഹത്തിൽ ഉണ്ടായിരുന്നു; ഒപ്പം അതിന്റെ പൊരുത്തക്കേടുകളും വന്നു. മരംമുറിക്കുന്ന ആശാരിയും രോഗിയെ നോക്കുന്ന വൈദ്യനും കവിയും കൈവേലക്കാരനും അന്നുണ്ടായിരുന്നു. അവർ ഉണങ്ങിയ ചുള്ളിക്കമ്പുകൊണ്ടും തൂവലുകൾകൊണ്ടും പാറക്കഷണങ്ങൾകൊണ്ടും ആയുധങ്ങളുണ്ടാക്കി.

എത്രകാലം ഈ സമൂഹം ഒന്നിച്ചുപോകും. പ്രവൃത്തിവിഭജനം, സമൂഹത്തിൽ പല മാറ്റങ്ങളും ഉണ്ടാക്കി. പഴയതിൽ അവർക്ക് വിശ്വാസം കുറഞ്ഞു. ഏറ്റവും ശക്തനായി കണക്കാക്കിയിരുന്ന ഇന്ദ്രനെപ്പോലും പിന്നീട് വേദങ്ങൾ ചോദ്യംചെയ്തു. ഋഗ്വേദത്തിൽ ഒരു കവി ചോദിക്കുന്നു:

"ആരാണ് ഇന്ദ്രൻ?
ആരെങ്കിലും അവനെ കണ്ടിട്ടുണ്ടോ?"

ഒരാൾ പറഞ്ഞു: "ഇന്ദ്രനില്ല."

പുതിയ ഒരു മനോഭാവം വളർന്നതിന്റെ തെളിവാണിത്. ചോദ്യംചെയ്യുകതന്നെ. എല്ലാ സംശയങ്ങളും ചോദിക്കുകതന്നെ.

പഴയ ഉത്തരംകൊണ്ടുണ്ടോ പുതിയ ആളുകൾ തൃപ്തിപ്പെടുന്നു? പുതിയ ഉത്തരം വേണ്ടിവന്നു. "ഇന്ദ്രനില്ല" എന്നുവന്നിരിക്കുന്നു. എന്നാൽ "എല്ലായിടത്തും പ്രകാശിക്കുന്ന സൂര്യനും ഇന്ദ്രനും ഒന്നുതന്നെ" എന്നായി പുതിയ മറുപടി. കേട്ടവർക്ക് അത്രയും സമാധാനമായി. പക്ഷേ.... സംശയം തീർന്നില്ല.

വീണ്ടും സംശയംതന്നെ: "എന്താണു സൂര്യനെ പ്രകാശിപ്പിക്കുന്നത്? സൂര്യനും വരുണനും 'ഒന്നു'തന്നെയാണെങ്കിൽ, ഇന്ദ്രനും അഗ്നിയും 'ഒന്നു'തന്നെയാണെങ്കിൽ എന്താണ് ആ 'ഒന്ന്?' തത്വശാസ്ത്രം, കറങ്ങാതെ എന്തു ചെയ്യും. പ്രകൃതിയെപ്പറ്റി അവർ അന്വേഷിച്ചു.

എന്താണ് മൂലകാരണം? പലരും ഇതിന് ഉത്തരം കാണാൻ ശ്രമിച്ചു.

"എങ്ങനെയാണ് പ്രപഞ്ചമുണ്ടായത്?" – ഇതിനുള്ള ഉത്തരമാണ് ഉപനിഷത്തുകളിൽ.

6

ഉപനിഷത്തുകൾ

ഉപനിഷത്തുകൾ നൂറിലധികമുണ്ട്. ഏറ്റവും പ്രധാനം പതിമൂന്നെണ്ണമാണ് – ഈശം, ഛാന്ദോഗ്യം, ബൃഹദാരണ്യം, ഐതരേയം, തൈത്തിരീയം, പ്രശ്നം, കേനം, കഠം, മുണ്ഡകം, മാണ്ഡൂക്യം, കൗഷീതകി, മൈത്രി, ശ്വേതാശ്വതരം എന്നിങ്ങനെയുള്ള പേരിൽ. എല്ലാം ഒരേകാലത്തു രചിച്ചതല്ല. ക്രിസ്തുവിനുമുമ്പ് 9–ാം നൂറ്റാണ്ടിനും 6–ാം നൂറ്റാണ്ടിനും ഇടയിൽ രചിച്ചതാണ് ഇവ.

വേദകാലത്തെ സമൂഹം തകർന്നു. മനുഷ്യൻ പലതായിത്തിരിഞ്ഞു. മനുഷ്യരെപ്പറ്റി അവർ ആലോചിച്ചു.

സത്യംകണ്ടുപിടിക്കാനായിരുന്നു ശ്രമം. മനുഷ്യനും പ്രപഞ്ചവും തമ്മിൽ എന്തു ബന്ധം? പ്രപഞ്ചത്തിന്റെ തുടക്കം എങ്ങനെ? ജീവിതം മാറിമാറിവരുന്നതിനെന്താണു കാരണം?

ഉപനിഷത്തുകളിൽ കാണുന്ന ഉത്തരങ്ങൾ എത്ര ദൃഢമാണ്? അന്ന് ലോകത്തിൽ മറ്റാരും പറയാൻ ധൈര്യപ്പെടാത്ത കാര്യങ്ങൾ ഇന്ത്യക്കാർ പറഞ്ഞു. അവരുടെ ചില ചോദ്യങ്ങളിതാ:

"ആദ്യത്തെ ജീവൻ ചലിക്കുന്നത് ആരുടെ കൽപ്പനയിലാണ്?"

(കേനോപനിഷത്ത്)

"നാം എവിടെനിന്നു ജനിച്ചു? എന്തിനെ ആശ്രയിച്ചു ജീവി

ക്കുന്നു?... സുഖത്തിനായാലും ദുഃഖത്തിനായാലും നാം ഇവിടെ ജീവിക്കുന്നത് ആരെ ആശ്രയിച്ചാണ്?"

(ശ്വേതാശ്വതരോപനിഷത്ത്)

"ഈ പ്രജകളെല്ലാം എവിടെനിന്നാണ് ഉത്ഭവിച്ചത്?"

(പ്രശ്നോപനിഷത്ത്)

–ഇത്തരം ചോദ്യങ്ങൾക്ക് ഉത്തരം കാണാൻ ആചാര്യന്മാർ ശ്രമിച്ചു. പലതരം അഭിപ്രായങ്ങളും ഉയർന്നുവന്നു. പക്ഷേ എല്ലാവരും ഒരുകാര്യം കണ്ടു. പ്രപഞ്ചം മാറിക്കൊണ്ടിരിക്കുന്നു. മനുഷ്യനും ഇടതടവില്ലാതെ മാറുന്നു. കണ്മുന്നിലുള്ളത് കാണാതാവുന്നു. ചിലത് പുതുതായി കാണുന്നു. മരണവും ജനനവും. നാശവും വളർച്ചയും ഒപ്പൊപ്പം നടക്കുന്നു.

ഉപനിഷത്തുകൾ പറഞ്ഞു: കാര്യകാരണങ്ങളുടെ അനന്തമായൊരു ചങ്ങലയാണ് ലോകം.

പക്ഷേ; തുടക്കം എവിടെനിന്ന്?

എന്താണ് ആദ്യകാരണം? ചിലർ പറഞ്ഞു: മൂലകാരണം 'ബ്രഹ്മം' ആണെന്ന്. എന്താണീ ബ്രഹ്മം? ബ്രഹ്മം സത്യമാണ്. അതിൽനിന്നാണ് എല്ലാം ഉണ്ടായത്.

മറ്റുചിലർക്ക് ദേഷ്യംവന്നു: ബ്രഹ്മമില്ല. തനി തട്ടിപ്പാണിത്. പ്രപഞ്ചവും പ്രകൃതിയുമല്ലാതെ മറ്റൊന്നുമില്ല.

വേറെ ചിലർ പറഞ്ഞു: വെള്ളം, വായു, തീ, ഭൂമി, ആകാശം എന്നീ പഞ്ചഭൂതങ്ങളിൽ നിന്നാണ് എല്ലാം ഉണ്ടായത്.

ലോകത്തിനു സ്രഷ്ടാവില്ലെന്നും സ്രഷ്ടാവിന്റെ ആവശ്യം തന്നെയില്ലെന്നുമായി തീവ്രവാദികൾ. ഇത്തരം പല വാദങ്ങളും ഉപനിഷത്തുകളിലുണ്ട്. മുണ്ഡകോപനിഷത്തു പറയുന്നു:

"അന്നത്തിൽനിന്നാണ് മനുഷ്യൻ ഉണ്ടായത്. അന്നത്തിൽനിന്ന് ജീവനുണ്ടായി. ജീവനിൽനിന്ന് മനസുണ്ടായി."

"എല്ലാ ജീവജാലങ്ങളും അന്നത്തിൽനിന്നാണ് ഉണ്ടായത്" എന്ന് തൈത്തിരീയോപനിഷത്ത് പറയുന്നു.

ഇവിടെയാണ് ആദ്യം ഭൗതികചിന്ത ചിറകുവിരുത്തിപ്പറന്നത്. ഉപനിഷത്തുകൾ സത്യത്തിലേക്കു വെളിച്ചംവീശി. അവർ ഭൗതികമായി ചിന്തിച്ചു. അതോടൊപ്പം, ബ്രഹ്മത്തെപ്പോലെ, ആത്മാവ് എന്നൊരു സങ്കൽപ്പവും അവർ ഉന്നയിച്ചു.

മനുഷ്യനെ മൃഗങ്ങളിൽനിന്നു വേർതിരിക്കുന്നത് എന്താ

ണ്? ഇതിന് ഉത്തരം 'ആത്മാവ്' എന്നായിരുന്നു.

'ബ്രഹ്മ'വും 'ആത്മാ'വും മുഖ്യമായിക്കരുതിയവർ ആത്മീയവാദത്തെ വളർത്തി. 'പ്രകൃതി'യും 'അന്ന'വും പ്രധാനം എന്നു പറഞ്ഞവർ ഭൗതികവാദികളുമായി.

ആത്മീയവാദം, ഭൗതികവാദം.

തത്വശാസ്ത്രത്തിലെ രണ്ട് ശാഖകളാണിവ.

ഇതിലേതാണ് ശരി? എന്തുകൊണ്ട്? നമുക്കു പരിശോധിക്കാം.

7

ആത്മീയവാദവും ഭൗതികവാദവും

വേദങ്ങളിലും ഉപനിഷത്തുകളിലും നാം രണ്ടുതരം ചിന്തകൾ കണ്ടു. പ്രകൃതിയും പ്രപഞ്ചവുമാണ് സത്യമെന്ന ചിന്തയും ആത്മാവും ബ്രഹ്മവുമാണ് സത്യമെന്ന മറ്റൊരു ചിന്തയും.

ഇതിൽ ആദ്യത്തേതാണ് ഭൗതികചിന്ത. പ്രപഞ്ചത്തെക്കുറിച്ച്, ഭൂമി, പർവതം, സമുദ്രം, വനം, ജീവജാലങ്ങൾ, ബുദ്ധിയും ബോധവുമുള്ള മനുഷ്യൻ എന്നിവയടങ്ങുന്ന പ്രകൃതിയെക്കുറിച്ചുള്ള ചിന്തയാണത്. വാസ്തവത്തിൽ ഇതാണ് യഥാർഥമായത്. അന്തരീക്ഷം, ഗ്രഹനക്ഷത്രാദികൾ, വെള്ളച്ചാട്ടം, വൈദ്യുതി, വെളിച്ചം ഇവയെല്ലാം യഥാർഥത്തിലുള്ളവയാണ് - സങ്കൽപ്പങ്ങളല്ല. മനുഷ്യൻ, പ്രകൃതിയിലൊരു ഭാഗമാണ്. മനുഷ്യന്റെ ബോധമാണ് അയാളെ മനുഷ്യനാക്കിയത്. ഈ ബോധം മനുഷ്യന്റെ ഗുണവിശേഷമാണ്. പ്രത്യേകതരം മസ്തിഷ്കത്തിന്റെ പ്രവർത്തനഫലമാണീബോധം; പക്ഷേ, ഈ ബോധത്തെ ആശ്രയിച്ചല്ല പ്രകൃതിയുടെ നിൽപ്പ്.

വായുവിനെപ്പറ്റി എന്തു ബോധമാണ് എനിക്കുള്ളതെങ്കിലും അത് വായുവിന്റെ നിലനിൽപ്പിനെ ബാധിക്കുകയില്ല. വാസ്തവത്തിൽ, വായു ഉള്ളതുകൊണ്ടാണല്ലോ വായുവിനെക്കുറിച്ച് എനിക്കു ബോധമുണ്ടായതുതന്നെ. അപ്പോൾ, ആദ്യം പ്രകൃതി, പിന്നെ ബോധം, പിന്നെ ആശയം എന്നതാണ് ഭൗതികവാദത്തി

ന്റെ ചുരുക്കരൂപം. അതല്ലേ ശരി?

ഇതിനെ നിഷേധിക്കുന്ന തത്വശാസ്ത്രവും വേദത്തിലും ഉപനിഷത്തിലും ഉണ്ട്. ഈ വാദപ്രകാരം, ബോധം, ചിന്ത, ആശയം, ആത്മാവ് എന്നിവയ്ക്കാണ് പ്രകൃതിയെക്കാൾ പ്രാധാന്യം ഉള്ളത്. ആത്മാവ് എന്ന അടിയിലുള്ള ബോധത്തിൽനിന്നാണ് പ്രകൃതിയെക്കുറിച്ചുള്ള ധാരണ ഉണ്ടാവുന്നതത്രേ. ഞാനുണ്ടെങ്കിലേ, ഞാൻ ചിന്തിച്ചെങ്കിലേ, ലോകമുള്ളൂ. അപ്പോൾ എന്റെ ആത്മാവും ചിന്തയുമാണു പ്രധാനം. ഇങ്ങനെയാണ് ആത്മീയ വാദത്തിന്റെ പോക്ക്.

ഇതിലേതാണു ശരി എന്ന് നിങ്ങൾ ഒന്ന് ആലോചിച്ചുനോക്കണം. ഒറ്റ ചോദ്യം ചോദിക്കട്ടെ:

തുടക്കം എവിടെനിന്ന്?

പ്രകൃതിയിൽനിന്നാണെന്നു കരുതുന്നുണ്ടോ? ഉണ്ടെങ്കിൽ നിങ്ങൾ ഭൗതികവാദികളാണ്. അതല്ല. ആത്മാവിൽനിന്നാണെന്നു കരുതുന്നവർ ആത്മീയവാദികളും.

8

നാരദന്റെ സംശയം

നാരദനെപ്പറ്റി നമുക്കെല്ലാം അറിയാം: പുരാണങ്ങളിലെ കുസൃതിക്കാരനായ മഹർഷി. ആരേയും ഉത്തരംമുട്ടിക്കാനും വിഷമത്തിലാക്കാനുമാണ് വാസന.

ഛാന്ദോഗ്യോപനിഷത്തിൽ നാരദൻ, സനൽകുമാരനോടു പറഞ്ഞു:

"ഞാനെല്ലാം പഠിച്ചു. വേദങ്ങളും ഇതിഹാസങ്ങളും എനിക്കറിയാം. വ്യാകരണവും ഗണിതവും തർക്കവും പഠിച്ചു. ഏന്തു ചോദിച്ചാലും ഉത്തരംപറയാം. ആരേയും ഇതിലെല്ലാം വാദിച്ചു തോൽപ്പിക്കാം. പക്ഷേ എനിക്കൊന്നുമാത്രം അറിയില്ല. ദുഃഖങ്ങളെ നേരിടുന്നതെങ്ങനെ? ആത്മാവിനെപ്പറ്റി എനിക്കൊന്നും അറിയില്ല. എന്നെ ഉപദേശിക്കണം."

-നാരദനെപ്പോലെ നമുക്കും ചോദിക്കാം: "എന്താണീ ആത്മാവ്?"

ഉപനിഷത്തുകളിൽ ആത്മാവിന്റെ അർഥം മാറിമാറിവരുന്നു. ചിലർ പറയുന്നു, അത് വായുവാണെന്നും ശ്വാസമാണെന്നും. പിന്നീടത് പ്രാണനായി, പ്രജ്ഞയായി. അവസാനം, ആത്മാവ്, ഒരു സങ്കൽപ്പമായി.

ഇന്ന് ആത്മാവ് എന്നത് ഒരു സങ്കൽപ്പമാണ്. ശരീരത്തിനും ബുദ്ധിക്കും അപ്പുറത്താണത്രേ ആത്മാവ്.

കഠോപനിഷത്തു പറയുന്നു: "ആത്മാവാണ് തേരിന്റെ നാഥൻ. ശരീരമാണ് തേര്. ബുദ്ധിയാണ് തേരാളി. മനസാണ് കടിഞ്ഞാൺ. ഇന്ദ്രിയങ്ങളാണ് കുതിരകൾ. വിഷയങ്ങളാണ് വഴി."

എത്ര രസകരമായ ഒരു സങ്കൽപ്പമാണ് ആത്മാവ്!

യാജ്ഞവൽക്യനോട് (ഭാര്യയായ) മൈത്രേയി ചോദിച്ചു: " എന്താണ് ആത്മാവ്?"

"ഒരുപിടി ഉപ്പ് വെള്ളത്തിലിട്ടാൽ അതു വെള്ളത്തിൽ മുഴുവൻ അലിഞ്ഞുചേരുന്നതുപോലെ, ആത്മാവ് അനന്തവും അജ്ഞാതവുമാണ്" എന്നായി യാജ്ഞവൽക്യൻ. "ആത്മാവു വേറിട്ടുപോയാൽ പിന്നെ പ്രജ്ഞയില്ല" എന്നും പറഞ്ഞു.

മൈത്രേയി പറഞ്ഞു: "എനിക്കിതൊന്നും മനസിലാവുന്നില്ലല്ലോ!"

യാജ്ഞവൽക്യൻ: "ആജ്ഞാതമായതു മനസിലാവുന്നതെങ്ങനെ? നിനക്കു മനസിലായിരിക്കുന്നു!"

വാസ്തവമല്ലേ?

ഭാരതീയതത്വചിന്തയിൽ, ആത്മാവിനെക്കുറിച്ചിങ്ങനെ നൂറു കണക്കിൽ കഥകളുണ്ട്. എല്ലാം ഒരിടത്തുചെന്നവസാനിക്കുന്നു:

ആത്മാവ് അജ്ഞാതമാണ്. അറിയാൻവയ്യാത്തതിന്റെ പിന്നാലെ ഓടിയിട്ടെന്തുകാര്യം?

എങ്കിലും നാരദന്റേയും മൈത്രേയിയുടേയും ഒപ്പം നമുക്കും ചോദിക്കാം: "എന്താണീ ആത്മാവ്?"

9

രണ്ടുതരം ആശയങ്ങൾ

നിങ്ങളിൽ ചിലർ ഭൗതികവാദമാണ് ശരിയെന്നും, ചിലർ ആത്മീയവാദമാണ് ശരിയെന്നും വിശ്വസിക്കുന്നുണ്ടാവും. ശരി, അങ്ങനെവേണം. കാരണം, തത്വശാസ്ത്രം ഉണ്ടായതുമുതൽ ഇക്കാര്യം തർക്കവിഷയമാണ്. നമുക്കും തർക്കിക്കാം. വാദിച്ചു തോൽപ്പിക്കാനല്ല; പരസ്പരം മനസിലാക്കാൻ തർക്കം നന്ന്.

സമൂഹത്തിൽ എപ്പോഴും രണ്ടുതരം ആശയങ്ങൾ മുഖ്യമായും ഉണ്ടാവും. ഒന്ന്, സമൂഹത്തെ പിന്നോക്കം തിരിച്ചുവിടുന്നത്. ഇതിനെ നമുക്ക് പിന്തിരിപ്പനാശയങ്ങൾ എന്നു വിളിക്കാം.

മറ്റൊന്ന്, സമൂഹത്തെ മുന്നോട്ടു നയിക്കുന്ന ആശയം. അതിനെ പുരോഗമനാശയം എന്നും വിളിക്കാം.

പിന്തിരിപ്പനാശയവും പുരോഗമനാശയവും തമ്മിലുള്ള പോരാട്ടം എന്നുമെന്നും നടക്കുകയാണ്; ഇന്നും നടന്നുകൊണ്ടിരിക്കുന്നു - ചുറ്റും നോക്കിയാൽ കാണാം.

അന്ധവിശ്വാസങ്ങൾ, പിന്തിരിപ്പനാണ്. ആധുനികശാസ്ത്രവുമായി ഇണങ്ങാത്ത ആശയങ്ങൾ നിലനിൽക്കില്ല.

ആത്മീയവാദം മനുഷ്യനെ എങ്ങോട്ടു നയിക്കുന്നു? വലിയ ശാസ്ത്രജ്ഞന്മാരെപ്പോലും അതു കുഴപ്പത്തിൽ ചാടിച്ചിരിക്കുന്നു.

സയൻസ് ഭൗതികവാദപരമാണ്. പക്ഷേ ശാസ്ത്രജ്ഞന്മാർ

പഴയ ആത്മീയവാദത്തിന് കീഴടങ്ങുന്നതുകാണാം. നല്ല കലാകാരന്മാർക്കും സ്പേസു സഞ്ചാരികൾക്കും മഹാപണ്ഡിതന്മാർക്കും എല്ലാം ഈ പാളിച്ച അനുഭവപ്പെടാറുണ്ട്. പിന്തിരിപ്പനാശയങ്ങൾ നമ്മെ സ്വാധീനിക്കുന്നുണ്ട്.

ഇത്തരക്കാരെ നേർവഴിക്കു നയിക്കാൻ, ഭൗതികവാദത്തിനുമാത്രമേ കഴിയൂ. മനുഷ്യന്റെ മനസിനെ അലട്ടുന്ന പ്രശ്നങ്ങൾക്ക് ഉത്തരം നൽകാൻ കഴിവുള്ള ഭൗതികവാദത്തിലേക്കാണ് ലോകത്തിലെ പുതിയ തലമുറകൾ നീങ്ങുന്നത്.

മതവും പുരോഹിതന്മാരും വിദ്യാഭ്യാസവും നിയമവും പഴയ ഗ്രന്ഥങ്ങളും ലോകജീവിതത്തോടു വെറുപ്പും ഈശ്വരനെ ഭയവും ഉണ്ടാക്കാൻ ആത്മീയവാദത്തെ ഒരായുധമാക്കുന്നു. ഇതിനെതിരെ യുക്തിയും ബുദ്ധിയുമുള്ള മനുഷ്യൻ അണിയുന്ന പോർച്ചട്ടയാണ് ഭൗതികവാദം. അത് നമ്മെ മുന്നോട്ടു നീക്കാൻ സഹായിക്കും.

10

പരേതന്റെ ആത്മാവിനു നിത്യശാന്തി

ആരെങ്കിലും മരിച്ചാൽ, അനുശോചനയോഗങ്ങൾ ചേരുകയും എല്ലാവരും എഴുന്നേറ്റുനിന്ന് പരേതാത്മാവിന് നിത്യശാന്തി നേരുകയും ചെയ്യാറുണ്ട്. ഇതിനർഥം, മരിച്ചുകഴിഞ്ഞാലും ആത്മാവുണ്ടെന്നല്ലേ? ആത്മീയവാദികൾ അങ്ങനെ വിശ്വസിക്കുന്നു. ഭൗതികവാദമാകട്ടെ, മരണംവരെയുള്ള ജീവിതത്തിനാണു പ്രാധാന്യംകൊടുക്കുന്നത്.

ബാലമരണം, ശിശുമരണം, പകർച്ചവ്യാധികൾകൊണ്ടുള്ള മരണം ഇവയൊന്നും അത്രവലിയ ദോഷമൊന്നുമല്ല, ആത്മീയവാദികൾക്ക്. കാരണം, ഇങ്ങനെ മരിച്ചവരുടെ ആത്മാവിന് യാതൊരു കേടും പറ്റുന്നില്ലല്ലോ. ഭൗതികവാദികളാകട്ടെ, എല്ലാമനുഷ്യരുടേയും ജീവിതം കഴിയുന്നത്ര സുഖകരവും സന്തോഷകരവുമാകണം എന്നു വാദിക്കുന്നു. ശിശുമരണത്തിനും മറ്റും ഇടയാക്കുന്ന ചുറ്റുപാടിനെ അതിനുള്ള കാരണങ്ങളെ, എതിർത്തു തോല്പിക്കുന്നു.

ആത്മീയവാദികൾ, നിരാശ പരത്തുന്നവരാണ് – അവർ അറിയാതെതന്നെയാണിത് ചെയ്യുന്നത്. മുമ്പു ചെയ്ത പാപവും പുണ്യവുമാണ് ഈ ജന്മത്തിലെ വിഷമങ്ങൾക്കു കാരണം എന്ന് അവർ പറയുന്നു. അടുത്ത ജന്മമെങ്കിലും നന്നാവണം – ഇതാണവർ പറയുന്നത്. ഇപ്പോഴത്തെ ജീവിതത്തിന് യാതൊരു വില

യുമില്ല. ഇവിടെ എന്തെങ്കിലും ചെയ്താൽ ഫലം അടുത്ത ജന്മത്തിലേ കിട്ടൂ.

ഭൗതികവാദമാകട്ടെ, ജീവിക്കുന്ന മനുഷ്യനെ ബഹുമാനിക്കുന്നു. ഇന്നു ജീവിക്കുന്നവരുടെ ആത്മാഭിമാനം തട്ടിയുയർത്തുന്നു. അവരിൽനിന്ന് നിരാശ നീക്കുന്നു. വിധിയെ പഴിച്ചിരിക്കാതെ, സ്വന്തം കടമകളിൽക്കൂടി തങ്ങൾക്കു പറ്റിയ ഒരു ലോകം ഉണ്ടാക്കാൻ അവരെ തയാറാക്കുന്നു.

ചുറ്റുമുള്ള ലോകം, ഭൗതികലോകം, യഥാർഥമാണെന്ന് ആത്മീയവാദികൾ കണക്കാക്കുന്നില്ല. അതുകൊണ്ടവർ, കഴിഞ്ഞതും വരാനുള്ളതുമായ ജീവിതങ്ങളെ, മുജ്ജന്മത്തേയും പുനർജന്മത്തേയും കാര്യമായെടുക്കുന്നു.

ഒരാൾ മരിച്ചാലെന്തു സംഭവിക്കുന്നു? അയാളുടെ ആത്മാവ്. എങ്ങോ പറന്നുപോയി, മറ്റൊരു ജീവിയിൽ കടന്നുകൂടുന്നുണ്ടോ; അതോ കൂടുവിട്ട കിളിയെപ്പോലെ, ആത്മാവ് പറന്ന് ഉല്ലസിക്കുകയാണോ? മരണാനന്തരജീവിതത്തിലുള്ള വിശ്വാസം മനുഷ്യന്റെ ശരീരശാസ്ത്രവുമായി പൊരുത്തപ്പെടുന്നില്ല.

സ്വർഗവും നരകവുമുണ്ടോ? പരലോകത്ത് വിധിപറയാൻ ഹൈക്കോടതിയും സുപ്രീംകോടതിയും തലപ്പാലും വില്ലയും ധരിച്ച ശിപായിമാരും കേസുവാദിക്കാൻ കറുത്ത കോട്ടിട്ട വക്കീലന്മാരും ഉണ്ടോ? ആത്മീയവാദികളാണ് ഉത്തരം തരേണ്ടത്.

സ്വർഗവും നരകവും പുണ്യവും പാപവും എല്ലാം മതത്തിൽനിന്നുവന്ന സങ്കൽപ്പങ്ങളാണ്. ആദ്യകാലത്ത് ഇതൊന്നുമുണ്ടായിരുന്നില്ല. സ്വന്തം ജീവിതത്തിലെ കമട നിറവേറ്റുന്നതിനുപകരം അടുത്ത ജന്മത്തിലേക്കു തയാറെടുക്കുകയാണ് പ്രധാനമെന്നുവന്നാൽ ഈ ജീവിതം ആനന്ദകരമാവുമോ? ജീവിതലക്ഷ്യം, സ്വർഗമല്ല, മോക്ഷമല്ല. മനുഷ്യരെപ്പോലെ തനിക്കും കുടുംബത്തിനും ഗ്രാമക്കാർക്കും നാട്ടുകാർക്കും കഴിഞ്ഞുകൂടാൻ പറ്റണം. ലോകത്തിലുള്ള ക്രൂരതയും ചൂഷണവും ഇല്ലാതാകണം. മനുഷ്യത്വം വളരണം.

ഇതിനുവേണ്ടി മരിച്ചവരുണ്ട്. അവർ അടുത്തജന്മം നന്നാക്കാനല്ല, ആത്മാവിന് നിത്യശാന്തി കിട്ടാനല്ല മരിച്ചത്. തങ്ങൾ ജീവിക്കുന്ന ലോകത്തിനെ മാറ്റിത്തീർക്കാൻവേണ്ടിയാണ് അവർ ജീവൻവെടിഞ്ഞത്.

11

ജീവിതം ദുഃഖമയമാണോ?

ജീവിതം ദുഃഖപൂർണമാണെന്നും ഈ ജീവിതത്തിൽനിന്നു കരകയറലാണ് മോക്ഷമെന്നും അപ്പോൾമാത്രമേ യഥാർഥത്തിലുള്ള സുഖം കിട്ടൂ എന്നും ആത്മീയവാദികൾ കരുതുന്നു.

ദുഃഖം ശാശ്വതമാണോ? ആണെന്ന് ഭൗതികവാദം കരുതുന്നില്ല. ഇതിനർഥം സുഖിച്ചുമത്തടിക്കലാണുവേണ്ടത് എന്നല്ല. ഭൗതികവാദികൾ, സുഖിമാന്മാരാണ്; അവർ സദാചാരത്തിനെതിരാണ്; അവർക്ക് ജീവിതത്തിൽ യാതൊരു ആദർശവുമില്ല എന്നൊക്കെ ആത്മീയവാദം ആരോപിക്കുന്നുണ്ട്.

ഇതാ മൂന്നു ഭൗതികവാദികൾ. മാർക്സ്, എംഗൽസ്, ലെനിൻ. ഇവർ സ്വന്തം സുഖത്തിനുവേണ്ടി ജീവിച്ചവരാണോ? അതോ മറ്റുള്ളവർക്ക് ആശയും ആവേശവും ഉണ്ടാക്കിക്കൊടുത്തവരാണോ? അവർ ദുഃഖങ്ങൾ അനുഭവിച്ചില്ലേ? പക്ഷേ ആ ദുഃഖങ്ങളുടെ പേരിൽ അവർ നിരാശരായോ? തങ്ങളുടെ ജീവിതലക്ഷ്യം നേടണം; തൊഴിലാളികളെ സംഘടിപ്പിക്കണം; അവരെ വിപ്ലവത്തിലേക്കു നയിക്കണം; പുതിയൊരു സാമൂഹ്യവ്യവസ്ഥ ഉണ്ടാക്കണം; മുതലാളിത്തം അവസാനിപ്പിക്കണം. ഇതിനെല്ലാംവേണ്ടിയല്ലേ അവർ പാടുപെട്ടത്? ഇവർക്ക് ആദർശമില്ലേ?

അവർ, പതിനായിരക്കണക്കിലല്ല, കോടിക്കണക്കിനാളുകളെ സദാചാരത്തിലേക്കു കൊണ്ടുവന്നില്ലേ? അവർ ബഹുജന

ങ്ങൾക്ക് പുതിയബോധം ഉണ്ടാക്കിക്കൊടുത്തു. അവരെ സമര ങ്ങൾക്ക് ഇറക്കിവിട്ടു. അങ്ങനെ ജനങ്ങളിൽ പുതിയ സദാചാര ങ്ങൾ അവർ ഉണ്ടാക്കി. പരസ്പരം 'സഖാവേ' എന്നു വിളിക്കാൻ ജനങ്ങളെ പഠിപ്പിച്ചു.

ഭൗതികവാദികൾ ആദർശശാലികളത്രേ. അവർക്ക് വിശപ്പും വയറുമാണത്രേ പ്രധാനം. അല്ലേഅല്ല. തൊഴിലാളിയുടെയും

കർഷകന്റെയും ബോധം വളർത്താനല്ലേ വിപ്ലവകാരികളായ ഭൗതികവാദികൾ പരിശ്രമിക്കുന്നത്. കമ്യൂണിസത്തേക്കാൾ വലിയൊരു ആദർശമുണ്ടോ? ഹിംസ ഒഴിവാക്കിയാൽ കമ്യൂണിസം താൻ സ്വീകരിക്കുമെന്ന് മഹാത്മാഗാന്ധിപോലും പറഞ്ഞില്ലേ?

ഉടൻ ഒരു ചോദ്യം വരും:

ഭൗതികവാദികൾ ഹിംസയിൽ വിശ്വസിക്കുന്നവരാണോ? അല്ല. അഹിംസയിലും വിശ്വസിക്കുന്നില്ല. ചൂഷണമാണ് ഏറ്റവും വലിയ ഹിംസ. അത് അഹിംസാവാദികൾ സമ്മതിക്കുമോ? ചൂഷണത്തിനെതിരായ സമരത്തെ വശംകെടുത്തുവാൻ ഹിംസ, അക്രമം എന്നൊക്കെ എതിരാളികൾ വിളിച്ചുകൂവുകയാണ്; മറ്റൊന്നും പറയാനില്ലാത്തതുകൊണ്ട്.

റഷ്യൻവിപ്ലവം കഴിഞ്ഞപ്പോൾ ലെനിൻ കുട്ടികളെ അടുത്തിരുത്തി അവരെ തലോടിക്കൊണ്ട് പറഞ്ഞു: “ഞങ്ങൾ പലതും സഹിച്ചു. ഞങ്ങൾക്ക് പലതും ചെയ്യേണ്ടിവന്നു. നിങ്ങൾക്കെങ്കിലും ഇതിനിടവരാതെ സുഖമായി ജീവിക്കാൻകഴിയട്ടെ.” അതാണ് ഭൗതികവാദിയുടെ മനുഷ്യസ്നേഹം.

12

മിന്നുന്നതെല്ലാം പൊന്നല്ല

ശാസ്ത്രം എന്ന് ഒരു വാക്കിന്റെ പിന്നിലെഴുതിയാൽ ശാസ്ത്രമാവില്ല. ഉദാഹരണത്തിന്, കൈരേഖാശാസ്ത്രം എടുക്കാം അതൊരു ശാസ്ത്രമല്ല. മുഖത്തുനോക്കി 'ലക്ഷണം' പറയുന്നതും ശാസ്ത്രമല്ല. പക്ഷികളെക്കൊണ്ട് ഭാഗ്യംപരിശോധിക്കുന്ന പക്ഷിശാസ്ത്രവും ശാസ്ത്രമല്ല. ജാതകംനോക്കി 'ഫലം' പറയുന്ന ജ്യോതിഷത്തിനും ശാസ്ത്രീയമായ അടിസ്ഥാനമില്ല.

പക്ഷേ ഇവ 'ശാസ്ത്രീയ'മാണെന്നു നടിക്കും. ലെൻസുകൊണ്ട് കൈരേഖ നോക്കും. ജാതകം, കണക്കിന്റെ അടിസ്ഥാനത്തിലുണ്ടാക്കിയതാണെന്നു പറയും. പക്ഷേ, ഇവയൊക്കെ, ആത്മീയവാദത്തിന്റെ പല രൂപങ്ങളാണ് വാസ്തവത്തിൽ.

ശാസ്ത്രം 'ഭാഗ്യ'ത്തിൽ വിശ്വസിക്കുന്നില്ല. 'പരലോക'ത്തിൽ വിശ്വസിക്കുന്നില്ല. ഈ ലോകത്തിലെ ജനങ്ങളും ഇവിടത്തെ മണ്ണും സസ്യ ജന്തുജാലങ്ങളും മനുഷ്യസമൂഹവുമാണ് ഏറ്റവും പ്രധാനം; മനുഷ്യപ്രയത്നവും.

ജനങ്ങളിൽ പല വിശ്വാസങ്ങളില്ലേ! ഉവ്വ്. അവയെല്ലാം പഴയ സമൂഹത്തിൽനിന്ന് കിട്ടിയതാണ് – അച്ഛന്റെയും അമ്മയുടെയും ഛായ കിട്ടിയതുപോലെ.

പല ആശയങ്ങളും ഇന്നേക്കു പറ്റില്ല. പഴയ ഉടുപ്പുകളാണ

വ. കുട്ടിക്കാലത്തുണ്ടാക്കിയതാണ്. ഇന്നേക്കു പറ്റില്ല.

ഒരുകാലത്ത് ഭൂതപ്രേതപിശാചുക്കളിൽ മിക്കവരും വിശ്വസിച്ചിരുന്നു? ഇന്നോ? നാടെങ്ങും വൈദ്യുതവിളക്കുകൾ പ്രകാശിച്ചതോടെ, ശാസ്ത്രവിദ്യാഭ്യാസം വളർന്നതോടെ, ബഹുജനപ്രസ്ഥാനങ്ങൾ ശക്തിപ്പെട്ടതോടെ, ഭൂതപ്രേതാദികളിലുള്ള വിശ്വാസം കുറഞ്ഞുവരികയാണ്.

പ്രകൃതി മാറുന്നു. സമൂഹം മാറുന്നു. എങ്ങനെ? മരങ്ങൾ പൂക്കുന്നു. കുട്ടി വളരുന്നു. എങ്ങനെ? പ്രകൃതിനിയമങ്ങളനുസരിച്ചുമാത്രം. എല്ലാ മാറ്റങ്ങൾക്കുപിന്നിലുമുണ്ട് നിയമങ്ങൾ.

പ്രകൃതിശാസ്ത്രം പ്രകൃതിനിയമങ്ങൾ വെളിവാക്കുന്നു.

സമൂഹത്തിലെ മാറ്റങ്ങളോ? അതിനുമുണ്ട് നിയമങ്ങൾ. ഈ നിയമങ്ങൾ പഠിക്കുകയാണ് സാമൂഹ്യശാസ്ത്രങ്ങൾ ചെയ്യുന്നത്.

പ്രകൃതി, മനുഷ്യന്റെയോ ഈശ്വരന്റെയോ ഇച്ഛയ്ക്കനുസരിച്ചല്ല പ്രവർത്തിക്കുക. സമൂഹം, അതിൽച്ചേർന്നവർ പറഞ്ഞതുകൊണ്ടുമാത്രം മാറില്ല. പ്രകൃതിനിയമങ്ങളും സാമൂഹ്യനിയമങ്ങളും മനസിലാക്കി, അതിനനുസരിച്ചു പ്രവർത്തിക്കണം. മാറ്റ

ങ്ങൾക്കു വേഗതകൂട്ടാൻ കഴിയും. കൃഷിയും കൈത്തൊഴിലും വിദ്യാഭ്യാസവും എല്ലാം ഇതിന്റെ അടിസ്ഥാനത്തിൽ വളർന്നു.

എന്നാൽ, മാറ്റത്തെ തടയുന്ന ശക്തികൾ ഇല്ലേ സമൂഹത്തിൽ? ഉണ്ട്. അവരാണ് ആത്മീയവാദികൾ. അവർ മാറ്റത്തെ കാണുന്നില്ല. ആത്മാവിന്റെ പേരിൽ പഴയതുതന്നെ ആവർത്തിക്കുകയാണ് അവർ ചെയ്യുന്നത്.

നിലവിലുള്ള വ്യവസ്ഥ മാറില്ലെന്നും മനുഷ്യൻ നന്നാവില്ലെന്നും ജീവിതത്തിൽ സുഖം കൈവരില്ലെന്നും കരുതുന്നവരാണ് ഇന്നത്തെ ആത്മീയവാദികൾ. അവർക്ക് ബഹുജനങ്ങളെ ആകർഷിക്കാൻ കഴിയില്ല.

അവർ ശാസ്ത്രം പഠിച്ചവരാകാം, കലാകാരന്മാരാകാം, പണ്ഡിതന്മാരാകാം. പക്ഷേ മാറുന്ന ലോകത്തെ കാണാതെ പഴയതിൽ തൂങ്ങിപ്പിടിച്ചുനിൽക്കുന്നതിനാൽ ഇവർ, ശാസ്ത്രവീക്ഷണമുള്ളവരല്ല.

മിന്നുന്നതെല്ലാം പൊന്നല്ല.

13

ഭൗതികവാദം - ഗ്രീസിൽ

യൂറോപ്പിൽ ഗ്രീക്കുസംസ്കാരമാണ് മിന്നിത്തിളങ്ങിനിന്നിരുന്നത്, ഒരുകാലത്ത്. അടിമത്തത്തിന്റെ കാലത്ത് അവിടെ ഗംഭീരന്മാരായ പല തത്വശാസ്ത്രജ്ഞന്മാരും ഉണ്ടായിരുന്നു. അവരെ എല്ലാവരേയുംപറ്റി ഇവിടെ പറയുന്നില്ല. പക്ഷേ, ചില പേരുകൾ നാം അറിഞ്ഞിരിക്കണം; ഓർത്തിരിക്കണം.

തെയിൽസ് (ബി സി 624-547)മിലെറ്റസിൽ ജീവിച്ചു. അന്ന് കപ്പൽവ്യാപാരത്തിന്റെ കേന്ദ്രമായിരുന്നു അത്. പ്രപഞ്ചത്തിൽ മൂലപദാർഥം ജലമാണെന്ന് തെയിൽസ് പറഞ്ഞു. വളരെയേറെ കൃതികളുടെ കർത്താവായ തെയിൽസ് ഭൗതികവാദത്തിനു വിത്തിട്ടു എന്നു പറയാം.

അനാക്സിമാൻഡർ (ബി സി 611-547) അനന്തമായ മൂലപദാർഥം തൊട്ടാലറിയുന്നതാണെന്നു പറഞ്ഞു.

അനാക്സിമെൻസ് (ബി സി 586-525) മൂലപദാർഥം വായുവാണെന്നു പറഞ്ഞു.

“ഇവരുടെ സിദ്ധാന്തങ്ങളിൽ ഭൗതികവാദത്തിന്റെ കൂമ്പുകൾ കാണാം.” എന്നാണ് കമ്യൂണിസ്റ്റാചാര്യനായ എംഗൽസ് പറഞ്ഞത്. ഇവർ പറഞ്ഞതെല്ലാം ഭൗതികവാദപ്രകാരം ശരിയായിരുന്നില്ലെങ്കിലും പ്രകൃതിയെ മുഖ്യമായിക്കണ്ടതാണ് ഏറ്റവും പ്രധാനം.

ഹെരാക്ളിറ്റസ് (ബി സി 544-483) എന്ന തത്വചിന്തകൻ, എല്ലാറ്റിന്റേയും തുടക്കം അഗ്നിയാണെന്നും എല്ലാം നിരന്തരം മാറിമാറിവരുന്നുണ്ടെന്നും പറഞ്ഞു. "പദാർഥങ്ങൾക്ക് അടുക്കും ചിട്ടയുമുണ്ട്. അതു നാം കണ്ടുപിടിക്കണം. ദൈവം സൃഷ്ടിച്ച തല്ല പദാർഥം; മനുഷ്യൻ സൃഷ്ടിച്ചതുമല്ല. അതങ്ങനെയായിരുന്നു, ഇന്നും അങ്ങനെയാണ്, നാളെ അങ്ങനെയായിരിക്കുകയും ചെയ്യും." എന്ന് ഹെരാക്ളിറ്റസ് ഉറപ്പിച്ചുതന്നെ പ്രസ്താവിച്ചത് "ഭൗതികവാദത്തിന്റെ നല്ലൊരു വിശദീകരണം" ആണെന്ന് ലെനിൻ ചൂണ്ടിക്കാണിക്കുകയുണ്ടായി.

തികഞ്ഞൊരു ഭൗതികവാദിയായിരുന്ന അനാക്സ ഗോരസ് (ബി സി 500-428) ലോകത്തിലെ എല്ലാ വസ്തുക്കളും നശിപ്പിക്കാനാവാത്ത മൂലഘടകങ്ങൾകൊണ്ടുണ്ടാക്കിയതാണെന്നു വാദിച്ചു; പ്രത്യേകമുണ്ടാക്കിയ ഭൗതികപദാർഥമാണ് മനസ്സ് എന്നും അദ്ദേഹം പറയുകയുണ്ടായി.

ലൂസിപ്പസ് (ബി സി 500-400), ഡെമോക്രീറ്റസ് (ബി സി 400-370) എന്നിവർ ഗ്രീക്ക് അണുസിദ്ധാന്തത്തിന്റെ സ്ഥാപകരാണ്. ഇവരിൽ ഡെമോക്രീറ്റസ് "വിജ്ഞാനകോശംപോലെ പരന്ന പാണ്ഡിത്യമുള്ള ആദ്യത്തെ ഗ്രീക്ക് തത്വചിന്തകനാണെ"ന്ന് മാർക്സ് വിശേഷിപ്പിച്ചു. അണുക്കൾ ശാശ്വതങ്ങളാണെന്നും അവയെ വിഭജിക്കാൻ കഴിയില്ലെന്നും അവ പുതുതായി ഉണ്ടാവുന്നില്ലെന്നുമുള്ള ഡെമോക്രീറ്റസിന്റെ സിദ്ധാന്തം, ഭൗതികവാദത്തിന് ശരിയായ അസ്തിവാരം ഇട്ടു.

അടിമത്തത്തിന്റെ അവസാനദശയിൽ, ഈ ഭൗതികചിന്തയെ എതിർത്തുകൊണ്ടുള്ള തത്വജ്ഞന്മാർ ഗ്രീസിലുണ്ടായി. അവർ ആത്മീയവാദത്തിന്റെ കൊടിയുയർത്തി. സോക്രട്ടീസ്, പ്ലേറ്റോ, അരിസ്റ്റോട്ടിൽ എന്നീ ത്രിമൂർത്തികൾ ഗ്രീസിൽ വളർന്നകാലത്ത് അടിമത്തസമൂഹത്തിൽ മാറ്റങ്ങൾ വന്നുകൊണ്ടിരുന്നു.

14

സോക്രട്ടീസ്, പ്ലേറ്റോ, അരിസ്റ്റോട്ടിൽ

ഗ്രീക്കു തത്വചിന്തയെ ഭൗതികവാദത്തിൽനിന്ന് ആത്മീയ വാദത്തിലേക്കു പിടിച്ചുകൊണ്ടുപോയത് പ്രസിദ്ധ ഗണിതശാസ്ത്രജ്ഞനായ പൈഥഗോറസ് (ബി സി 580–500) ആണ്. സോക്രട്ടീസും (ബി സി 469–399) ഈവഴി തുടർന്നു.

തത്വശാസ്ത്രത്തെ ഒരു ജീവിതസിദ്ധാന്തമാക്കാൻ ശ്രമിച്ച സോക്രട്ടീസ് പറഞ്ഞു: ജ്ഞാനസമ്പാദനമാണ് മുഖ്യം. അതിന് പ്രകൃതിയെമാത്രം ആശ്രയിച്ചാൽപോരാ. നിന്നെത്തന്നെ അറിയണം. ആത്മീയവാദത്തിനു ശക്തികൂട്ടാൻ സോക്രട്ടീസിനു കഴിഞ്ഞു.

പ്ലേറ്റോ (ബി സി 427–347) അതിനു മുമ്പുള്ള തത്വജ്ഞാനികളുടെ ചിന്തകളെല്ലാം ഉൾക്കൊണ്ടു. വലിയൊരു പ്രതിഭാശാലിയായിരുന്നു പ്ലേറ്റോ. പക്ഷേ ഡെമോക്രീറ്റസിനെതിരായി, പൈഥഗോറസിന്റെയും സോക്രട്ടീസിന്റെയും പിന്നാലെയാണ് പ്ലേറ്റോ പോയത്. ഈ പ്രപഞ്ചം, ആത്മീയ ലോകത്തിന്റെ പ്രതിഫലനമാണെന്ന് അദ്ദേഹം കരുതി. ആശയങ്ങളുടെ മാഹാത്മ്യത്തെ പ്ലേറ്റോ വാഴ്ത്തി. ആശയങ്ങൾമാത്രമേ ശാശ്വതമായിട്ടുള്ളുവെന്ന് അദ്ദേഹം കരുതി. അണുസിദ്ധാന്തത്തിനെതിരെ പ്ലേറ്റോ തൊടുത്തുവിട്ട വാദം ഇതാണ്. ആത്മാവിനു നാശമില്ലെന്നും ആത്മാ

വിനെക്കുറിച്ച് അറിയാൻ കഴിയില്ലെന്നും മരണാനന്തരം അത് മറ്റു ശരീരങ്ങളിൽ കടന്നുചെല്ലുമെന്നും മറ്റും പ്ലേറ്റോവിനെപ്പോലെ ബുദ്ധിയുള്ളൊരാൾ പറഞ്ഞത് അത്ഭുതമായിത്തോന്നും.

സോക്രട്ടീസും പ്ലേറ്റോവും അടിമത്തകാലത്ത് ഗ്രീസിൽ ഉയർന്നുവന്ന ജനാധിപത്യാശയങ്ങളെ എതിർത്തവരാണ് എന്നുകൂടി ഓർക്കണം.

അരിസ്റ്റോട്ടിൽ (ബി സി 384–322) പ്രാചീനലോകത്തിലെ ഏറ്റവും മഹാനായ തത്വചിന്തകനായിരുന്നു. ഇദ്ദേഹം ആത്മീയവാദവും ഭൗതികവാദവും ഇടചേർന്നു പ്രയോഗിച്ചതായിക്കാണാം.

പ്ലേറ്റോവിനെപ്പോലെ തനി ആത്മീയവാദി അല്ലായിരുന്നു അരിസ്റ്റോട്ടിൽ. അതേസമയം, ഡെമോക്രീറ്റസിനെപ്പോലെയുള്ള ഭൗതികവാദിയുമായിരുന്നില്ല. "ഭൗതികവാദത്തിനു വളരെ അടുത്ത നില"യാണ് അരിസ്റ്റോട്ടിലിനുണ്ടായിരുന്നത് എന്ന് എംഗൽസ് പറയുന്നു. തന്റെ ഗുരുവായ പ്ലേറ്റോവിനെ അദ്ദേഹം നിശിതമായി വിമർശിച്ചു.

അനവധി ഗ്രന്ഥങ്ങൾ അരിസ്റ്റോട്ടിൽ എഴുതി - ശാസ്ത്രം, തത്വശാസ്ത്രം, സൗന്ദര്യശാസ്ത്രം, രാഷ്ട്രതന്ത്രം എന്നിങ്ങനെ എല്ലാറ്റിനെപ്പറ്റിയും നടന്നുകൊണ്ടാണ് അദ്ദേഹം ശിഷ്യന്മാരെ പഠിപ്പിച്ചിരുന്നത്.

എപ്പിക്യൂരസ് (ബി സി 341–270) എന്ന ശാസ്ത്രജ്ഞൻ ഡെമോക്രീറ്റസിനെ പിന്തുടർന്നു. മഹാൻ എന്നു പേരുള്ള (അതേസമയം പിന്തിരിപ്പനായ) അലക്സാണ്ടർ എപ്പിക്യൂരസിനെ ആവുന്നത്ര ദ്രോഹിച്ചു. എപ്പിക്യൂരസിന്റെ, *മൗലികപ്രമാണങ്ങൾ* എന്ന കൃതി അലക്സാണ്ടർ പരസ്യമായി കത്തിച്ചു ചാമ്പലാക്കി. ഇത്തരക്കാരെ 'മഹാൻ' എന്നു വിളിക്കാമോ? അതു നിങ്ങൾ തീർച്ചയാക്കിയാൽമതി.

ആത്മീയവാദം, ഭൗതികവാദത്തിനെതിരെ കടന്നാക്രമണം തുടങ്ങി. ബുദ്ധിയുള്ളവരെ നിലയ്ക്കുനിർത്താൻ ഭരണാധികാരികൾ ഉത്സാഹിച്ചു.

പ്രസിദ്ധ ഗണിത ശാസ്ത്രജ്ഞനും ആത്മീയവാദിയുമായ പൈഥഗോറസിനെപ്പറ്റി ഒരു കഥയുണ്ട്. ഒരു പട്ടിക്കുട്ടിയെ ഒരാൾ തല്ലുകയാണ്. അത് ഉറക്കെ കരഞ്ഞു. പൈഥഗോറസ് കരച്ചിൽകേട്ടു പറഞ്ഞുവത്രേ: "അയ്യോ അതിനെ തല്ലരുത്. ആ പട്ടിക്കുട്ടിയിൽ എന്റെ പഴയ ഒരു സ്നേഹിതന്റെ ആത്മാവുണ്ട്. കരച്ചിൽ കേട്ടപ്പോൾ ആണ് എനിക്കതു മനസിലായത്."

15

ലോകായതം

രാമായണവും മഹാഭാരതവുമാണ് നമ്മുടെ ഇതിഹാസങ്ങൾ. രാമായണത്തിൽ, ഭൗതികവാദത്തെക്കുറിച്ചുള്ള സിദ്ധാന്തങ്ങൾ കുറവാണ്. എങ്കിലും ഒരിടത്ത് ജാബാലി മഹർഷി, ശ്രീരാമനോടു പറയുന്നു: "പരലോകം എന്നൊന്നില്ല. മരിച്ചാൽ എല്ലാം കഴിഞ്ഞു."

മഹാഭാരതത്തിൽ, പലമാതിരി ഭൗതികവാദങ്ങളെപ്പറ്റി പറയുന്നുണ്ട്. പഞ്ചഭൂതങ്ങളിൽനിന്നാണ് ലോകം ഉണ്ടായതെന്ന് അതിൽ പറയുന്നു നാസ്തികവാദപ്രകാരം ആത്മാവു നിലനിൽക്കുന്നില്ലെന്നും ഇതിനെപ്പറ്റി പഠിക്കണമെന്നും ജനകരാജാവിന്റെ സദസിൽ ഒരു പണ്ഡിതൻ വാദിക്കുന്നുണ്ട്.

ജൈനരുടേയും ബൗദ്ധരുടേയും സാഹിത്യത്തിലും ചിന്തയിലും ഭൗതികവാദം തലപൊക്കുന്നതു കാണാം. ദൈവമില്ല, പരലോകമില്ല, പുനർജന്മമില്ല എന്ന് ഒരിടത്ത്. ഭൗതികപദാർഥങ്ങൾ കൂടിച്ചേർന്നുണ്ടായതാണു മനുഷ്യൻ എന്ന് മറ്റൊരിടത്ത്. ശരീരം മരിച്ചാൽ ആത്മാവ് ജീവിക്കുന്നില്ല എന്നത് വേറൊരിടത്ത്.

ഇതിനെത്തുടർന്നാണ് ഇന്ത്യയിൽ, ലോകായതം എന്ന ഭൗതികചിന്ത വളർന്നുവന്നത്. ഇന്ത്യയിൽ ഭൗതികവാദത്തിന്റെ സ്ഥാപകൻ ദേവഗുരുവായ ബൃഹസ്പതിയാണ്. ബൃഹസ്പതിയുടെ

മുഖ്യ ശിഷ്യനായിരുന്നുവത്രേ ചാർവാകൻ. ഭൗതികവാദം പ്രചരിപ്പിച്ചതിൽ പ്രമാണി ചാർവാകനായതിനാൽ ഇതിന് ചാർവാകചിന്ത എന്നും പേരുണ്ടായി.

പ്രത്യക്ഷലോകത്തെ അടിസ്ഥാനമാക്കിയ തത്വശാസ്ത്രം എന്ന നിലയ്ക്കാണ് ലോകായതം എന്ന വാക്കുണ്ടായത്.

ചാർവാകന്മാർ ആത്മാവ്, സ്വർഗം, പുനർജന്മം, മോക്ഷം എന്നിവയെ എതിർത്തു. യാഥാസ്ഥിതികരെ ഇതു ശുണ്ഠിപിടിപ്പിച്ചു. അവർ ചാർവാകന്മാരെ ദ്രോഹിച്ചു. അവരുടെ പ്രചാരണത്തെ തടഞ്ഞു. അലക്സാണ്ടർ എപ്പിക്യൂരസിന്റെ കൃതികളെ എന്നപോലെ ചാർവാകകൃതികളെ ശക്തരായ പുരോഹിതന്മാർ നശിപ്പിച്ചു. ആത്മീയതയെ വെല്ലുവിളിച്ച ചാർവാകന്മാരെ മർദിച്ചൊതുക്കാൻ രാജാക്കന്മാർ മുന്നോട്ടുവന്നു. അന്നത്തെ 'കമ്യൂണിസ്റ്റു'കാരായിരുന്നു ചാർവാകന്മാർ.

ജവാഹർലാൽ നെഹ്റു എഴുതുന്നു: "ഇന്ത്യയിൽ നൂറ്റാണ്ടുകളായി ഭൗതികവാദം പ്രചരിച്ചുപോന്നിട്ടുണ്ടെന്നും അതു ജനങ്ങളുടെമേൽ പ്രബലമായ സ്വാധീനം ചെലുത്തിയിരുന്നുവെന്നുമുള്ള കാര്യത്തിൽ സംശയമില്ല..... ഇന്ത്യയിലെ ഭൗതികവാദസാഹിത്യങ്ങളിൽ മിക്കതും പിൽക്കാലങ്ങളിലെ പുരോഹിതന്മാരും മറ്റും മാമൂൽപ്രിയന്മാരും നശിപ്പിച്ചിരിക്കാനാണു വഴി."

ലോകായതവാദികൾ, പുരോഹിതന്മാരേയും ബ്രാഹ്മണരേയും വെല്ലുവിളിച്ചു. അവർ പറഞ്ഞു: "ലോകായതംമാത്രമാണ് ശാസ്ത്രീയം. പ്രത്യക്ഷത്തിൽ കാണുന്നതുമാത്രമാണ് പ്രമാണം. ഭൂമി, വെള്ളം, അഗ്നി, വായു എന്നിവ മാത്രമാണ് മൂലതത്വങ്ങൾ. ഭൗതികപദാർഥത്തിന്റെ സൃഷ്ടിയാണ് മനസ്സ്. പരലോകമില്ല." പോരെ?

ഇത്രയും ഉയർന്ന ഭൗതികചിന്തയെ, ആത്മീയവാദികൾ ഭയപ്പെട്ടതിൽ അത്ഭുതമില്ല. വെളിച്ചത്തെ പേടിക്കുന്നവരെപ്പറ്റി എന്തു പറയാൻ?

16

ദർശനങ്ങൾ

ലോകായതം ഒരു ദർശനമാണ്. അതിനെ പിന്നീടുള്ളവർ ഒഴിവാക്കി. ഭാരതത്തിലെ ബാക്കി ആറു ദർശനങ്ങൾ സാംഖ്യം, യോഗം, ന്യായം, വൈശേഷികം, മീമാംസ, വേദാന്തം എന്നിവയാണ്. ഇവയെ ഷഡ് (ആറ്) ദർശനങ്ങൾ എന്നു പറയുന്നു.

ഓരോ ദർശനവും പ്രപഞ്ചത്തെപ്പറ്റിയുള്ള ഒരു വീക്ഷണവും വിവരണവും തരുന്നു. മനുഷ്യന്റെ സ്ഥാനത്തെപ്പറ്റിയും മുക്തിക്കുള്ള വഴിയെപ്പറ്റിയും പറയുന്നു. ആത്മീയവും ഭൗതികവുമായ പല സവിശേഷതകളും ഇവയ്ക്കുണ്ട്.

ഇതിൽ ന്യായവും വൈശേഷികവും തർക്കശാസ്ത്രമാണ്. അറിയപ്പെടുന്നതെന്തും പദാർഥമാണ് എന്നും ജഗത്ത് (പ്രപഞ്ചം) സത്യമാണ് എന്നും ഈ ദർശനങ്ങൾ സ്ഥാപിക്കുന്നു. ഗൗതമമഹർഷിയാണ് ന്യായദർശനത്തിന്റെ പ്രധാനപ്പെട്ട ആചാര്യൻ. ദിങ്നാഗൻ, ധർമകീർത്തി എന്നിവർ ന്യായത്തെ, ഏറ്റവും ശക്തിയുള്ള തർക്കശാസ്ത്രമായി ഉയർത്തി. ന്യായദർശനം, ഇന്ത്യയിലെ തത്വചിന്തകരെ, തീക്ഷ്ണബുദ്ധിയുള്ളവരാക്കി.

വൈശേഷികത്തിന്റെ പ്രധാന ആചാര്യൻ, കണാദനാണ്. എല്ലാം കണങ്ങൾകൊണ്ട് (അണുക്കൾ) ഉണ്ടായതാണെന്നു കണാദൻ പറഞ്ഞു. ഭാരതത്തിലെ അണുസിദ്ധാന്തമാണ് വൈശേഷികം എന്നുപറയാം.

കപിലനാണ് സാംഖ്യദർശനത്തിന്റെ സ്ഥാപകൻ. പ്രകൃതിയെയും ജീവിതത്തേയും കുറിച്ചുള്ള കൃതികൾ ഈ ശാഖയിൽ അനവധിയാണ്. കരുത്തുറ്റ നിരീശ്വരവാദവും ഇതിലുണ്ട്.

സാംഖ്യം, വൈശേഷികം, ന്യായം എന്നീ ദർശനങ്ങൾ ഈശ്വരനുണ്ടെന്നു സമ്മതിക്കുന്നില്ല.

ആത്മീയവാദികൾ എന്തുചെയ്തുവെന്നോ? സാംഖ്യത്തിൽ ഈശ്വരനെക്കൂടി ചേർത്തു. അതാണ് യോഗദർശനം. പതഞ്ജലിയാണ് ആചാര്യൻ. ആത്മീയവാദത്തിലേക്കു സാംഖ്യത്തെ പിടിച്ചുവലിച്ചുകൊണ്ടുവരികയാണിതു ചെയ്യുന്നത്.

മീമാംസ, വേദത്തിൽ പറഞ്ഞതിന്റെ ചുരുക്കത്തിലുള്ള ആവർത്തനമാണ്. ജൈമിനിയാണിതിന്റെ ആചാര്യൻ. വൈദികമതത്തെ അത് വാഴ്ത്തുന്നു.

ഉപനിഷത്തുകളെ അടിസ്ഥാനപ്പെടുത്തി വേദാന്തദർശനമുണ്ടായി. ഇതിന് ഉത്തരമീമാംസ എന്നുകൂടി പേരുണ്ട്.

വേദാന്തത്തിന് പല ശാഖകളുമുണ്ട്. അദ്വൈതം, ദ്വൈതം, വിശിഷ്ടാദ്വൈതം എന്നൊക്കെയാണ് അതിന്റെ പേരുകൾ. അദ്വൈതത്തിന്റെ സാക്ഷാൽ ആചാര്യൻ ശങ്കരാചാര്യനാണ്. കേരളീയനാണ് ശങ്കരാചാര്യൻ. 32 വയസുവരെ ജീവിച്ചു - ഒമ്പതാം നൂറ്റാണ്ടിലാദ്യം മരിച്ചു. രാമാനുജാചാര്യനാണ് വിശിഷ്ടാദ്വൈത സ്ഥാപകൻ. ഇദ്ദേഹം 11-ാം ശതകത്തിൽ തമിഴ്നാട്ടിൽ ജീവിച്ചു. കർണ്ണാടകത്തിൽ ഉടുപ്പിയിലെ മധ്വാചാര്യനാണ്, ദ്വൈതത്തിന്റെ ആചാര്യൻ. വേദാന്തികൾ തമ്മിൽത്തന്നെ തർക്കമാണ്, ഇതിലേതാണു ശരി എന്ന കാര്യത്തിൽ.

ഷഡ്ദർശനങ്ങൾ, ഭാരതീയതത്വചിന്തയുടെ ഉയർച്ചയെ കാണിക്കുന്നു. അവയ്ക്കിടയിൽ ആത്മീയതയുടെ കാടും പടലും വളർന്നതുകാരണം, ദർശനങ്ങളിലടങ്ങിയ ഭൗതികചിന്തയെ നാം കാണുന്നില്ല. ഷഡ്ദർശനങ്ങളിൽ ഭൗതികസ്വാധീനം ധാരാളമുണ്ട്.

17

ദൂരദർശിനിയും വഴികാട്ടിയും

തത്വശാസ്ത്രം പ്രകൃതിയിലും മനുഷ്യസമൂഹത്തിലുമുള്ള ശക്തികളെ തിരിച്ചറിയുന്നു. ഈ ശക്തികൾ വളരുന്നതും ക്ഷീണിക്കുന്നതും പരിശോധിച്ച്, പലതും മുൻകൂട്ടിക്കാണാൻ തത്വശാസ്ത്രത്തിനു കഴിയും. അതാണ് അതിന്റെ യോഗ്യത.

കാലത്തിന്റെ ദൂരദർശിനിയാണ് തത്വശാസ്ത്രം. ഒന്നും മുൻകൂട്ടിക്കാണാൻവയ്യെന്ന ആത്മീയവാദികളുടെ അഭിപ്രായം ശരിയല്ല. മിക്ക കാര്യങ്ങളും മുൻകൂട്ടി കണ്ടുകൊണ്ടാണ് മനുഷ്യൻ ചന്ദ്രനിൽ പോയി തിരിച്ചുവന്നതും ആസൂത്രണംവഴി സോഷ്യലിസ്റ്റുരാജ്യങ്ങൾ മുന്നേറുന്നതും. മുതലാളിത്തത്തെ അവസാനം തോൽപ്പിക്കാൻ കഴിയും എന്ന ഉറച്ച ധാരണയോടെയാണ് തൊഴിലാളിപ്രസ്ഥാനം ശക്തിപ്പെടുന്നത്. ഭാവിയെ മുൻകൂട്ടിക്കാണാനുള്ള കഴിവാണ് ഈ പ്രസ്ഥാനത്തിന്റെ ശക്തി.

തത്വശാസ്ത്രം, ഒരു ദൂരദർശിനിമാത്രമല്ല, വഴികാട്ടിയുമാണ്. മുന്നോട്ടുള്ള വഴി അത് തെളിയിക്കുന്നു. ചുറ്റുപാടും നടക്കുന്ന കാര്യങ്ങൾ അത് ചൂണ്ടിക്കാണിച്ചുതരുന്നു. വസ്തുതകളെ ഉള്ളതുപോലെ കാണുവാൻ തത്വശാസ്ത്രം സഹായിക്കുന്നു; വസ്തുതകൾ എങ്ങനെ മാറിക്കൊണ്ടിരിക്കുന്നുവെന്നും തത്വശാസ്ത്രം പഠിപ്പിക്കുന്നു. ആ മാറ്റം എങ്ങോട്ടാണെന്നറിഞ്ഞു പ്രവർത്തിക്കണം. തത്വശാസ്ത്രമില്ലെങ്കിൽ ഇതിനൊന്നും സാധ്യമല്ല.

ഒന്നുകിൽ, "വരുന്നതുവരട്ടെ, ഞാനെല്ലാം സഹിക്കാം" എന്ന അവസ്ഥയിൽ കഴിയുക. അല്ലെങ്കിൽ യാഥാർത്ഥ്യം കണ്ടറിഞ്ഞ് ഇനിവരാനുള്ളത് എന്താണെന്നു മുൻകൂട്ടി മനസിലാക്കുക; അതനുസരിച്ച് പ്രവർത്തിക്കുക - രണ്ടുവഴിയേ നമുക്കുള്ളൂ.

"ഭാഗ്യമുണ്ടെങ്കിൽ ജയിക്കും" എന്നാണ് ആത്മീയവാദത്തിന്റെ പല്ലവി.

നമുക്കു ജയിക്കണം. ജയിക്കാൻ പ്രവർത്തിക്കണം. ശാസ്ത്രീയമായി മുന്നേറണം. ഈ വിശ്വാസത്തിലാണ് ഭൗതികവാദം പുരോഗമിക്കുന്നത്. ഭാഗ്യത്തിന്റെ പ്രശ്നമേ ഇല്ല.

18

ആത്മീയവാദത്തിന്റെ പുതിയ വേഷങ്ങൾ

ഭൗതികവാദവും ആത്മീയവാദവും തമ്മിലുള്ള കടുത്ത തർക്കത്തിൽ - ഉഗ്രസമരത്തിലെന്നു പറയുകയാവും ശരി - “ ഞങ്ങൾ രണ്ടിലുമില്ല” എന്നു ഭാവിക്കുന്ന ഒരുകൂട്ടരുണ്ട്. അവർ, അപ്പപ്പോൾ കാര്യങ്ങൾ പ്രായോഗികസ്ഥിതിയനുസരിച്ചു തീരുമാനിക്കുന്നു എന്നാണ് പറയുന്നത്. പക്ഷേ, അവർ, തത്വശാസ്ത്രത്തിലേതാണ് ശരി എന്ന അടിസ്ഥാന തത്വത്തിന് ഉത്തരംപറയാതെകഴിക്കുകയാണു ചെയ്യുന്നത്. അവർ നടുനിലക്കാരാണെന്നു പറയും; വാസ്തവത്തിൽ, ആത്മീയവാദത്തിന്റെ പുതിയ വേഷമാണിത്.

പ്രാഗ്മാറ്റിസം (പ്രായോഗികവാദം) എന്ന ഒരു തത്വശാസ്ത്രമുണ്ട്. ലോകം വികസിക്കുന്നതിന് പ്രത്യേകം നിയമങ്ങളൊന്നുമില്ലെന്നും അപ്പപ്പോൾ, ശരിയാണെന്നു തോന്നുന്നത് ചെയ്യുകയാണുവേണ്ടതെന്നുമാണ് ഇതിന്റെ സ്ഥാപകനായ വില്യം ജെയിംസ് (1842–1910) പറയുന്നത്. ഇതിന്റെ മുഖ്യ പ്രചാരകനായ ജോൺ ഡ്യൂയി (1859–1952) ഭൗതികവാദത്തെ എതിർത്തു. ചുറ്റുമുള്ള ലോകത്തെ അറിയാൻ മനുഷ്യനു കഴിയില്ലത്രേ. അതിനാൽ സ്വന്തം ലാഭത്തിനു പറ്റിയ “പ്രായോഗികപ്രവർത്തനങ്ങളും” “പ്രത്യേക വിരുതുകളുമാണ് സർവപ്രധാനം എന്ന് ഡ്യൂയി

വാദിച്ചു.

പോസിറ്റിവിസം എന്ന തത്വശാസ്ത്രം പറയുന്നത്, സയൻസിന് പുതിയതായി ഒരു തർക്കശാസ്ത്രം വേണമെന്നാണ്.

പോസിറ്റിവിസത്തിന്റെ പുതിയ രൂപമാണ് നിയോ-പോസിറ്റിവിസം. പഴയ പോസിറ്റിവിസം പറഞ്ഞത് വിജ്ഞാന സമ്പാദനത്തിന് മനുഷ്യന്റെ കഴിവുകൾ പരിമിതമാണെന്നും അതിനാൽ പല തത്വശാസ്ത്രപ്രശ്നങ്ങൾക്കും പരിഹാരം കാണാൻ കഴിഞ്ഞില്ലെന്നുമാണ്. എന്നാൽ നിയോ-പോസിറ്റിവിസം, തത്വശാസ്ത്രത്തെത്തന്നെ നിഷേധിക്കുന്നു. തത്വശാസ്ത്രത്തെത്തന്നെ ശുദ്ധീകരിക്കണം എന്നാണിവരുടെ വാദം. സമൂഹത്തിന്റെ ചരിത്രപരമായ വികാസത്തെ അവർ എതിർക്കുന്നു. പ്രകൃതിശാസ്ത്രത്തിലെ കണ്ടുപിടുത്തങ്ങൾക്ക് ആത്മീയവാദപരമായ വ്യാഖ്യാനം കൊടുക്കുകയും ചെയ്യുന്നു.

തോമസ് അക്വിനസിന്റെ നിയോ-തോമിസം, ഒരു പുതിയ തത്വശാസ്ത്രമാണ്. ആകെ ഒരു യാഥാർത്ഥ്യമേയുള്ളൂ: അതാണ് 'പരിശുദ്ധ ആത്മാവ്.' നിയോ-തോമിസം സോഷ്യലിസവും കമ്യൂണിസവും മുതലാളിത്തവും ഒന്നും സ്വീകരിക്കുന്നില്ല. അതിന്റെ കാഴ്ചപ്പാടിലുള്ള സമൂഹത്തിൽ പള്ളികൾക്കാവും മുഖ്യസ്ഥാനം, മതത്തിനാവും പ്രാമുഖ്യം.

അസ്തിത്വവാദ (എക്സിസ്റ്റെൻഷ്യലിസം) പ്രകാരം, ദേഹവും ദേഹിയുമുണ്ട്. അസ്തിത്വം, ദേഹിയുടേതാണ്. ഇതിൽനിന്ന് പല മിസ്റ്റിക് ആശയങ്ങളും ഉണ്ടായി. ഭൗതികവാദത്തിന്റെയും ആത്മീയവാദത്തിന്റെയും ഏകപക്ഷീയതയ്ക്കെതിരായിട്ടാണിതു വളർന്നതെന്നു പറയുന്നു. സ്വാതന്ത്ര്യത്തിലാണ് അതിനു വലിയ ശ്രദ്ധ. വസ്തുനിഷ്ഠനിയമങ്ങൾക്കെല്ലാം അപ്പുറത്താണ് അതിന്റെ ചിന്ത. സ്വാതന്ത്ര്യം കേവലമാണവർക്ക് – അല്ലാതെ ആവശ്യത്തിൽനിന്നുണ്ടായതല്ല.

ഈ ബൂർഷ്വാ തത്വചിന്തകളിലെല്ലാം, ആധുനികശാസ്ത്രത്തിന്റെ പേരുംപറഞ്ഞുകൊണ്ട്, ഭൗതികവാദത്തെ എതിർക്കാനുള്ള ഒരു പ്രവണത കാണാം. ആത്മീയവാദം പുതിയ വേഷ

ത്തിൽ വരുന്നു.

മുതലാളിത്തലോകം നിലനിർത്താൻ, ജനങ്ങളെ ഭൗതിക ചിന്താഗതിക്കെതിരാക്കിത്തീർക്കണം. അതിനുള്ള അടവുകളുടെ ഫലമാണ് ഇത്തരം ആത്മീയചിന്തകളെല്ലാം ഉണ്ടായത് – പ്രാഗ്മാറ്റിസവും പോസിറ്റിവിസവും തോമിസവും എക്സിസ്റ്റെൻഷ്യലിസവും എല്ലാം ആത്മീയവാദത്തിന്റെ പുതിയ കുപ്പായമിട്ടുവരികയാണ്. നമ്മെ അമ്പരപ്പിക്കാൻ!

19

തൊഴിലാളിയുടെ തത്വശാസ്ത്രം

മാർക്സും (1818–1883) എംഗൽസും (1820–1895) തൊഴിലാളിവർഗാചാര്യന്മാരാണ്. അവർ തൊഴിലാളിവർഗത്തിനൊരു തത്വശാസ്ത്രം തന്നു: അതാണ് വൈരുധ്യാത്മക ഭൗതികവാദം (ഡയലക്ടിക്കൽ മെറ്റീരിയലിസം). അതുവരെ ഉണ്ടായിരുന്ന തത്വശാസ്ത്രങ്ങളിൽനിന്നെല്ലാം വ്യത്യാസമുണ്ട് ഇതിന്. പുതിയൊരു ലോകവീക്ഷണം അതു തൊഴിലാളികൾക്കു നൽകി.

സയൻസിന്റെ നേട്ടങ്ങളെ തൊഴിലാളിവർഗപ്രസ്ഥാനവുമായി കൂട്ടിയിണക്കുകയാണിവർ ചെയ്തത്. അവർ, തത്വശാസ്ത്രത്തെ, പ്രകൃതിയിലും സമൂഹത്തിലും കാണുന്ന എല്ലാറ്റിനെയും പരിശോധിക്കാൻ ഉപയോഗിച്ചു.

സമൂഹത്തിന്റെ വികാസത്തിനുള്ള മുഖ്യകാരണം ഭൗതികസമ്പത്തിന്റെ ഉൽപ്പാദനമാണ്. സമൂഹത്തെ നിലനിർത്തുകയും അതിന്റെ ബോധം നിർണയിക്കുകയും ചെയ്യുന്നത് ഈ ഉൽപ്പാദനരീതിയാണ് – അല്ലാതെ, ചിലരുടെ ആഗ്രഹങ്ങളോ അഭിലാഷങ്ങളോ അല്ല. ചരിത്രം, പടിപടിയായ, വികാസമാണ്, – കുറെ സംഭവങ്ങളുടെ അർഥമില്ലാത്ത ആവർത്തനമല്ല.

അങ്ങനെ, അധ്വാനിക്കുന്ന ജനങ്ങൾക്ക് ഒരു തത്വശാസ്ത്രം കിട്ടി. മർദകരുടെ പ്രത്യയശാസ്ത്രത്തെ നേരിടാൻ മർദിതർക്കു കഴിഞ്ഞു. ബഹുജനങ്ങളുടെ ഇടയിൽ വിപ്ലവമുണ്ടാക്കണം –

അല്ലാതെ, സമൂഹത്തിൽ വിപ്ലവമുണ്ടാകില്ല എന്ന ചിന്ത ചിറകു വിരിച്ച് പറന്നു.

ഇതിനെപ്പറ്റി ലെനിൻ എഴുതി: "മർദിത വർഗങ്ങളെയെല്ലാം നരകയാതനയ്ക്കു തള്ളിവിടുന്ന ആധ്യാത്മികമായ അടിമത്തത്തിൽനിന്ന് തൊഴിലാളിവർഗത്തിനു മോചനത്തിലേക്കുള്ള വഴി കാണിച്ചത് മാർക്സിന്റെ തത്വശാസ്ത്രപരമായ ഭൗതികവാദമാണ്." അതാണ് മാർക്സിസം.

ചലനത്തിന്റെ നിയമങ്ങളാണ് ഡയലക്ടിക്സ്. ഭൗതികവാദവും കൂടി ചേർത്തതാണ് ഡയലക്ടിക്കൽ ഭൗതികവാദം. തൊഴിലാളിവർഗത്തിന്റെ ലോകവീക്ഷണം ഇതാണ്. നാളെ മാറ്റങ്ങൾ വരുത്താൻ ഇന്ന് എന്തുചെയ്യണം എന്ന് അതു വിശദമാക്കുന്നു. മനുഷ്യന്റെ കൈയിൽ ശക്തിയേറിയ ഒരായുധമാണിത്.

ഈ തത്വശാസ്ത്രം അവതരിപ്പിച്ചതിന് മാർക്സിനും എംഗൽസിനും വലിയ എതിർപ്പുകൾ നേരിടേണ്ടിവന്നു. പണ്ഡിതന്മാരായ കൊലകൊമ്പന്മാരെല്ലാം മാർക്സിസത്തെ എതിർത്തു. ഈ തത്വശാസ്ത്രം നിലനിൽക്കില്ലെന്ന് അവർ തൊണ്ടപൊട്ടു മാറ് വിളിച്ചു പറഞ്ഞു. പക്ഷേ അവരുടെ എല്ലാ പൊള്ളവാദങ്ങളേയും തകർത്തുകൊണ്ട് മാർക്സും എംഗൽസും പല ശാസ്ത്രീയഗ്രന്ഥങ്ങളും രചിച്ചു. അവയൊക്കെ പിന്നീട് നിങ്ങൾ വായിക്കണം – *കമ്യൂണിസ്റ്റ് മാനിഫെസ്റ്റോ* മുതൽ *മൂലധനം* വരെ.

മാർക്സിസ്റ്റ്തത്വശാസ്ത്രത്തെ, പുതിയ കാലത്തിനനുസരിച്ചു വളർത്തിയത് സഖാവ് ലെനിൻ (1870–1924) ആണ്. ലോകത്തെ വിപ്ലവപരമായി സംഘടിപ്പിക്കാമെന്ന് മാർക്സിസം കാണിച്ചുതന്നു. അതു സാധ്യമാണെന്ന് ലെനിൻ തെളിയിച്ചു – പുസ്തകത്തിലല്ല, സോവിയറ്റുയൂണിയനിൽ. പ്രകൃതിശാസ്ത്രത്തിലുണ്ടായ പുരോഗതിയെ കണക്കിലെടുത്ത്, മാർക്സിസത്തിനെ ലെനിൻ വികസിപ്പിക്കുകയും ചെയ്തു.

ഊർജവും ദ്രവ്യമാനവും തമ്മിലുള്ള ബന്ധത്തെ ഐൻസ്റ്റൈൻ വിശദീകരിച്ചപ്പോൾ ചില ആത്മീയവാദികൾ പറഞ്ഞു: "ഭൗതികപദാർഥം എന്നൊന്നുതന്നെയില്ല, പിന്നെയല്ലേ ഭൗതികവാദം?"

ലെനിൻ പറഞ്ഞു: "ഈ ആത്മീയവാദികൾ നേരംവെളുക്കും

മുമ്പേ കൂവി." പക്ഷേ നേരം വെളുക്കുന്നില്ല. എന്തു ചെയ്യും?

ഊർജവും ദ്രവ്യവും എല്ലാം ഭൗതികമാണെന്ന് ഈ 'പാതി രാക്കോഴികൾ' അറിഞ്ഞില്ല.

"പല ബൂർഷ്വാ പ്രൊഫസർമാരും ഭൗതികവാദത്തെ എതിർക്കുന്നവരാണ്. ഇതിനു കാരണം അവർ ജീവിക്കുന്ന ചുറ്റുപാടാണ്. അതങ്ങു മാറട്ടെ, പ്രൊഫസർമാരുടെ വീക്ഷണവും മാറിക്കൊള്ളും." ലെനിൻ പറഞ്ഞ ഇക്കാര്യവും 1917ലെ വിപ്ലവത്തിനുശേഷം സോവിയറ്റുയൂണിയൻ തെളിയിച്ചു.

20

സാമൂഹ്യബോധവും വിപ്ലവവും

ജീവിതത്തിന്റെ ഭൗതികസാഹചര്യങ്ങളാണ് സാമൂഹ്യബോധം ഉണ്ടാക്കുന്നത്. സംസ്കാരവും അങ്ങനെതന്നെ. തത്വശാസ്ത്രം, രാഷ്ട്രീയം, നിയമം, ശാസ്ത്രം എന്നിവയെല്ലാം സാമൂഹ്യബോധത്തിന്റെ പല രൂപങ്ങളാണ്.

ഒരു സമൂഹത്തിലെ ബോധം, അന്നത്തെ രാഷ്ട്രീയവും നിയമപരവും സദാചാരപരവും കലാപരവും തത്വശാസ്ത്രപരവും മതപരവും മറ്റുമായ വീക്ഷണങ്ങളുടെ ആകത്തുകയാണ്.

ജീവിതം മാറുന്നതിനനുസരിച്ച് സാമൂഹ്യബോധവും മാറും. പഴയതിന്റെ സ്ഥാനത്ത് പുതിയ ആശയങ്ങൾ ഉണ്ടാവും. അതേസമയം പഴയ വ്യവസ്ഥയിൽനിന്നുള്ള ധാരാളം ആശയങ്ങളും അവയിൽ സ്വാധീനംചെലുത്തുന്നുണ്ടാവും. പഴയതിനെ മാറ്റാൻ പുതിയ ആശയങ്ങൾക്കേ കഴിയൂ. അതിനു സമയമെടുക്കും. വെറും വിദ്യാഭ്യാസത്തിൽക്കൂടിമാത്രം പുതിയ ആശയങ്ങൾ ഉൾക്കൊള്ളില്ല. പുതിയ ജീവിതം കെട്ടിപ്പടുക്കാൻ സജീവമായി ജനങ്ങൾ പങ്കെടുക്കണം; അപ്പോഴേ, പഴയ ആശയത്തിനെ പുതിയവ തള്ളിമാറ്റുകയുള്ളൂ. അതുവരെ പഴയതുതന്നെ നിൽക്കും.

ഇന്ത്യ ഒരു കോളനിയായിരുന്നു. ബ്രിട്ടീഷ് സാമ്രാജ്യത്വം കെട്ടിയേൽപ്പിച്ച പലതും ഇവിടെ ബാക്കിനിൽക്കുന്നു. പല തെറ്റായ ആശയങ്ങളും സമൂഹത്തിൽ ഉണ്ട്. സ്വതന്ത്ര ഭാരതം

കെട്ടിപ്പടുക്കുന്ന മഹാസമരത്തിൽ ജനങ്ങൾ പങ്കെടുക്കണം. എങ്കിലേ പഴയ ധാരണകൾ മാറൂ. തങ്ങളാണ് നാടിന്റെ നാഥന്മാർ എന്നവർ അറിയണം. ഇവിടെ അതൊന്നും നടന്നില്ല. എന്തുകൊണ്ട്?

സമൂഹത്തിൽ പല വർഗങ്ങളുമുണ്ട്. അതിൽ ഒരു വർഗത്തിനാവും പ്രാമുഖ്യം. മുതലാളിത്തസമൂഹത്തിൽ ബൂർഷ്വാതത്വശാസ്ത്രത്തിനാവും പ്രാധാന്യം. കാരണം, അധികാരം (ഉൽപ്പാദനോപകരണങ്ങൾ) അവരുടെ കൈയിലാണ്. ബൂർഷ്വാതത്വശാസ്ത്രം ഇന്നത്തെ ഇന്ത്യയിൽ പിന്തിരിപ്പനാണ്. അങ്ങനെ, സ്വതന്ത്രഭാരതത്തിൽ, പിന്തിരിപ്പൻ ബൂർഷ്വാതത്വശാസ്ത്രത്തിനാണ് പ്രാധാന്യം. വിദ്യാഭ്യാസത്തിന്റെ കാര്യമെടുക്കുക: വിദ്യാലയങ്ങളിൽ കാലഹരണംവന്ന കാര്യങ്ങൾ പഠിപ്പിക്കുന്നു. കമ്യൂണിസം കവർച്ചയാണെന്നും കമ്യൂണിസ്റ്റുകാർ കണ്ണിൽച്ചോരയില്ലാത്തവരാണെന്നുംവരെ പഠിപ്പിക്കുന്നവരുണ്ട്. അതേസമയം മുതലാളിത്തത്തിന്റെ ഗുണങ്ങൾ വർണിക്കുന്നു. ചൂഷണത്തെ മറച്ചുപിടിക്കുന്നു. മനുഷ്യരിൽ നിരാശയും നിസഹായതയും പരത്തുന്നു. പണമുണ്ടാക്കുന്നത് (ഏതു ഹീനമാർഗത്തിലൂടെയായാലും) നല്ലതാണെന്നു വരുത്തുന്നു.

ബൂർഷ്വാതത്വശാസ്ത്രത്തിനെതിരാണ് സോഷ്യലിസ്റ്റ് തത്വശാസ്ത്രം. അതു ജനങ്ങളെ ഒന്നിച്ച് അണിനിരത്തുന്നു; സംഘടിപ്പിക്കുന്നു; ഉൽപ്പാദനോപകരണങ്ങളും അധികാരവും തൊഴിലാളികളുടെ കൈയിലാക്കാൻ സഹായിക്കുന്നു; വിപ്ലവപ്രസ്ഥാനത്തിന് ഊക്കും ഉശിരും കൂട്ടുന്നു.

ചുരുക്കത്തിൽ, ഓരോ വ്യവസ്ഥയിലുമുള്ള സാമൂഹ്യബോധം ഒരേവിധമാവില്ല.

നമുക്ക്, സാമൂഹ്യബോധത്തിന്റെ ഒരു ഭാഗമായ രാഷ്ട്രീയവീക്ഷണത്തിന്റെ കാര്യം നോക്കാം. മുതലാളിവർഗരാഷ്ട്രീയവും അതിനെതിരായ തൊഴിലാളിവർഗരാഷ്ട്രീയവുമുണ്ട്. അതിന്ന്, രാഷ്ട്രീയപ്പാർട്ടികളുമുണ്ട്. രാഷ്ട്രീയത്തിൽനിന്നകന്ന് ഒന്നുമില്ല. "സാമ്പത്തികഘടനയുടെ കേന്ദ്രീകൃതപ്രകടനമാണ് രാഷ്ട്രീയം" എന്ന് ലെനിൻ പറഞ്ഞു. രാഷ്ട്രീയാധികാരം പിടിച്ചുപറ്റണം എന്ന് തൊഴിലാളിവർഗം മോഹിക്കുന്നു. അതിനെ ബൂർഷ്വാഭരണവർഗം ചെറുക്കുന്നു. സോഷ്യലിസത്തിലോ?

അധ്വാനിക്കുന്ന ജനങ്ങളുടെ താൽപ്പര്യങ്ങൾ നിലനിർത്തുന്നു; ചൂഷണത്തിനു വളരാൻ വഴിയില്ലാതാകുന്നു; ജനങ്ങൾക്കു ശരിയായ ലക്ഷ്യബോധവും സാർവദേശീയബോധവും ഉണ്ടാക്കാൻ സോഷ്യലിസ്റ്റുരാഷ്ട്രീയത്തിനു മാത്രമേ കഴിയൂ.

സാമൂഹ്യബോധത്തിന്റെ മറ്റൊരുവശമാണ് നിയമം. മുതലാളിത്തത്തിൽ, നിയമങ്ങളുണ്ടാക്കുന്നത് ബൂർഷ്വാവർഗത്തിന്റെ നിലനിൽപ്പിനാണ്. തൊഴിലാളിവർഗം, വർഗസമരത്തിൽക്കൂടി, തങ്ങൾക്കു പറ്റിയ നിയമങ്ങൾ കൊണ്ടുവരാൻ ശ്രമിക്കുന്നു. സോഷ്യലിസത്തിലാകട്ടെ, അധ്വാനിക്കുന്ന ബഹുഭൂരിപക്ഷം പുതിയ നിയമങ്ങൾ ഉണ്ടാക്കുന്നു. കോടതിയും നിയമവാഴ്ചയും എല്ലാം പ്രത്യേക രൂപത്തിലാണവിടെ. സാമൂഹ്യഘടന മാറിയാൽ നിയമവും മാറും.

സാമൂഹ്യബോധത്തിൽ സദാചാരത്തിനുമുണ്ട് വലിയ സ്ഥാനം.

മനഃസാക്ഷിയെന്നും കർത്തവ്യബോധമെന്നും ഒക്കെ പറയുന്നില്ലേ? ഇത് കുട്ടിക്കാലത്തുണ്ടാവുന്നതാണ്. നാം ജീവിക്കുന്ന സമൂഹത്തിൽ പണത്തിനാണ് ശക്തി. ഇവിടെ ജീവിക്കുന്നവരും ആ ചിന്താഗതിക്കനുസരിച്ചു വളരും. സോഷ്യലിസ്റ്റുസമൂഹത്തിലോ? മറ്റൊരു രീതിയിലാവും മനഃസാക്ഷിയുടെ വികാസം. സമൂഹത്തോടുള്ള തന്റെ കടമ ശരിക്കും മനസിലാക്കിക്കൊടുക്കും. അങ്ങനെ മനുഷ്യന്റെ സ്വാർഥതയും ദുരയും ഇല്ലാതാക്കും. ചൂഷണം തെറ്റാണെന്നു ബോധ്യപ്പെടുത്തും. പക്ഷേ മുതലാളിത്തത്തിൽ ഇതൊന്നും വിലപ്പോകില്ല. സോഷ്യലിസത്തിലും കമ്യൂണിസത്തിലും സദാചാരപരമായി ഏറ്റവും ഉയർന്ന സാമൂഹ്യബോധം ജനങ്ങൾക്കാകെ ഉണ്ടാകും. അപ്പോൾ പുതിയ സദാചാരം വേണമെങ്കിൽ മുതലാളിത്തഘടന തകർക്കണം എന്നുവരുന്നു.

സാമൂഹ്യബോധത്തിന്റെ ഭാഗമാണ് സൗന്ദര്യബോധം. നല്ലതു കാണാനും കേൾക്കാനും വായിക്കാനും നമുക്ക് ഇഷ്ടമാണ്. അതിൽ നാം രസിക്കുന്നു. ഈ രസിക്കുന്നതിനു കാരണം എന്തെന്ന് സൗന്ദര്യശാസ്ത്രം പരിശോധിക്കുന്നു. പാട്ടും നൃത്തവും ചിത്രവും പുസ്തകങ്ങളും നമ്മെ രസിപ്പിക്കുന്നു.

കലാസ്വാദനം നാം ഇഷ്ടപ്പെടുന്നു. കവിതയും ചിത്രവും പാട്ടും മറ്റും രചിക്കുന്നതിൽ നാം മണിക്കൂറുകൾ ചിലവാക്കുന്നു. സർഗാത്മകമായ ആനന്ദം മനുഷ്യന്റെ ഏറ്റവും ഉയർന്ന സിദ്ധിയാണല്ലോ.

ഇതെല്ലാം, സാമൂഹ്യബോധത്തിന്റെതന്നെ രൂപങ്ങളാണ്. പ്രകൃതിയെ നേരിട്ടോ പരോക്ഷമായോ പ്രതിഫലിപ്പിക്കുകയാണ് കല ചെയ്യുന്നത്. ഉത്തമ കലാസൃഷ്ടികളെല്ലാം അങ്ങനെയാണ്. വാല്മീകിയും വ്യാസനും കാളിദാസനും തുഞ്ചത്തെഴുത്തച്ഛനും കുഞ്ചൻനമ്പ്യാരും ഉണ്ണായിവാര്യരും രവിവർമ്മയും ആശാനും വള്ളത്തോടും ഉള്ളൂരും എല്ലാം എഴുതിയ നല്ല കൃതികൾ, പ്രകൃതിയെ (ജീവിതവും പ്രകൃതിയുടെ ഭാഗമാണ്) പ്രതിഫലിപ്പിക്കുകയല്ലേ ചെയ്യുന്നത്? നിങ്ങൾക്കിഷ്ടപ്പെട്ടതിലെല്ലാം ജീവിതമുണ്ട്; അനുഭൂതിയുണ്ട്.

പിന്തിരിപ്പനും പുരോഗമനപരവുമായ കലകൾ ഉണ്ട്. ജീവിതസത്യങ്ങളെ വിരൂപപ്പെടുത്തുന്നതും സംഗീതത്തെ നശിപ്പിക്കുന്നതും മനുഷ്യത്വത്തെ വഷളാക്കുന്നതുമെല്ലാം പിന്തിരിപ്പൻകലയാണ്. ഇന്നത്തെ ബൂർഷ്വാസിനിമയും കലയും പിന്തിരിപ്പനാണ് മിക്കതും. അവ ജനങ്ങളെ തരംതാഴ്ത്തുന്നു. ലൈംഗികവികാരംമാത്രമാണ് മനുഷ്യനുള്ളതെന്നു തോന്നും ചിലതു വായിച്ചാൽ. മനുഷ്യൻ ഇപ്പോഴും തനി കാട്ടാളനാണെന്നു കാണിക്കുന്ന നാടകവും സിനിമയുമുണ്ട്. പല ചിത്രങ്ങളും അമൂർത്തമാകുന്നു. വാക്യം മുറിയുന്നു. വൃത്തം ഭഞ്ജിക്കുന്നു. കഥയ്ക്ക് ആദിയും അവസാനവുമില്ലാതെ "വായിൽത്തോന്നിയതെല്ലാം" സാഹിത്യവും കലയുമാവുന്നു. അതിനെ ന്യായീകരിക്കാനും ആളുകളുണ്ട്.

യാഥാർഥ്യത്തെ മറക്കുന്നു; ജനങ്ങളെ മറക്കുന്നു. നല്ലതിനെ മറക്കുന്നു. വളർച്ചയെ മൂടിവെക്കുന്നു. വൃത്തികേടുകളെ ഉളുപ്പില്ലാതെ വിവരിക്കുന്നു. നന്മയൊന്നില്ലെന്നു വരുത്തുന്നു. ഇതൊക്കെയാണ് ഇന്ന് ബൂർഷ്വാ സൗന്ദര്യശാസ്ത്രം. നിലവിലുള്ള ചൂഷണം കാത്തുസൂക്ഷിക്കാൻ ഇതൊക്കെ ബൂർഷ്വാതത്വശാസ്ത്രത്തിന് ആവശ്യമാണല്ലോ.

സോഷ്യലിസ്റ്റ് തത്വശാസ്ത്രമാകട്ടെ, മനുഷ്യന്റെ മഹത്വത്തെ ഉയർത്തിപ്പിടിക്കുന്നു. അധ്വാനത്തിന്റെ ശക്തി കാണിച്ചുകൊടു

ക്കുന്നു. ജനകീയശക്തികൾ എങ്ങോട്ട്, എങ്ങനെ പോകണം എന്നു നിർദേശിക്കുന്നു. മനുഷ്യൻ മനുഷ്യനാകുന്ന ലോകം, സുഖത്തിന്റെയും സമാധാനത്തിന്റെയും ലോകം അതു വരച്ചു കാണിക്കുന്നു. ആ ലോകത്തിന്റെ നിർമാണത്തിൽ ലോകജനത പങ്കെടുക്കുന്നു. സോഷ്യലിസം സാങ്കൽപ്പികമല്ല, ശാസ്ത്രീയമാണെന്നു തെളിയിച്ചു കൊടുക്കുന്നു.

നമ്മുടെ പുസ്തകം തീരാറായി.

ഇനി ചോദിക്കട്ടെ:

നിങ്ങൾ ഏതു സംസ്കാരം, ഏതു തത്വശാസ്ത്രം ഇഷ്ടപ്പെടുന്നു? മുതലാളിത്തത്തിന്റേതാവില്ല, തീർച്ച.

എങ്കിൽ ഒരു കാര്യം: നിങ്ങൾ തൊഴിലാളിവർഗ തത്വശാസ്ത്രം പഠിക്കണം. അതിന്റെ പുസ്തകങ്ങൾ വായിക്കണം. ജനങ്ങളിൽ വിപ്ലവബോധം ഉണ്ടാക്കാൻ പരിശ്രമിക്കണം. നിങ്ങളുടെ മനസിൽ കടന്നുകൂടിയ തെറ്റായ ധാരണകൾ തിരുത്തി മുന്നേറണം. ചൂഷണമില്ലാത്ത ലോകത്തിൽ, ജനകീയഭാരതത്തിൽ, പുതിയൊരു കേരളം പണിയാൻ തയാറാവണം. ഭാവി അതിനായി നിങ്ങളെ മാടിവിളിക്കുന്നു. എന്താ, തയാറുണ്ടോ?

9 789383 155767

Printed by Libri Plureos GmbH in Hamburg,
Germany